# *Thơ XƯỚNG - HỌA*

Thơ **XƯỚNG - HỌA**
Trịnh Cơ & Cao Mỵ Nhân
Dàn trang: **Nguyễn Thành**
Bìa: Uyên Nguyên Trần Triết
Phụ bản: tranh Đinh Trường Chinh
**Nhân Ảnh** Xuất Bản **2020**
ISBN: **9781989924662**

TRỊNH CƠ
CAO MỴ NHÂN

*Thơ*

# XƯỚNG
# HỌA

NHÀ XUẤT BẢN
NHÂN ẢNH
2020

# LỜI GIỚI THIỆU

Thơ Đường có nguồn gốc từ ngàn xưa bên Trung hoa có một hệ thống các quy tắc rất phức tạp, những quy tắc này được thể hiện ở 5 điều sau: Niêm, Luật, Đối, Vần và Bố cục. Thơ Đường du nhập vào Việt Nam đã rất lâu, thịnh hành một thời gian dài. Đến nay, ngoài những quy tắc bắt buộc, thơ Đường tại Việt Nam biến thể với nhiều độ khó khác nhau như: Thủ nhất thanh, thủ nhất tự, khoán thủ, khoán tâm, tung hoành trục khoán, điệp từ, láy từ, ngũ độ thanh... và còn rất nhiều thể loại khác tùy theo sự đam mê, yêu thích của người chơi thơ Đường...

Thơ Đường tuy có vị trí trang trọng trong văn học Việt Nam, nhưng vì độ khó dày đặc khiến những người trẻ ngày nay ngại theo thể thơ này. Tuy nhiên thơ Đường không vì thế mà mai một, vẫn có nhiều người đam mê và làm phong phú thêm gia tài thơ Đường tại Việt Nam...

Ta có thể thấy điều đó qua thi tập Xướng – Họa của 2 tác giả Trịnh Cơ và Cao Mỵ Nhân.

Chơi thơ thuần túy là một cái thú tao nhã của người yêu thơ, trong một thế giới riêng của mình, mỗi tác giả thả sức bay bổng cùng với những cảm xúc và con chữ, từ đó những đứa con tinh thần ra đời. Có tác giả ấp ủ những đứa con của mình trong những tâm sự lòng giấu kín, có tác giả chia sẻ trên các trang thơ mạng và có sự đồng cảm từ bạn thơ, những người yêu thơ... thế cũng đủ vui rồi.

Ở một khía cạnh khác, thơ là sự trải lòng những vui buồn, được mất... Trong một thế giới phát triển hiện nay, dù ở đâu trên hành tinh này con người cũng đều bị cuốn vào vòng xoáy của công việc để tồn tại, thời gian cho những buổi bù khú hạn hẹp không đủ để giải tỏa những tâm sự lòng. Cuộc sống đưa đẩy, phận người trôi dạt tứ phương, cuộc mưu sinh thầm lặng trong thế giới đầy biến động là những tích lũy lắng đọng cùng với những tình cảm đầy vơi theo năm tháng, chờ dịp trỗi dậy trong mỗi khoảnh khắc cảm xúc để trải lòng vào con chữ làm nên những vần thơ muôn màu, muôn vẻ...

Bởi vậy người ta nói thơ là xương là máu, từ những thành toại và bầm dập trong cuộc hành trình đời làm chất liệu dệt thành những vần thơ mang đủ các màu sắc của cuộc sống, nhà thơ hạnh phúc khi gặp một tâm hồn đồng điệu như tác giả Trịnh Cơ và Cao My Nhân cùng hội ngộ trong thi tập Xướng – Họa này. Tâm đầu ý hợp và thấu hiểu nhau qua từng con chữ và tung hứng theo những cung bậc trầm bổng, cảm xúc tràn đầy tạo nên bản trường ca Xướng – Họa theo năm tháng ghi dấu ấn sâu đậm trong lòng mình.

Không như là tri kỷ, nhưng lại có sự thấu hiểu và đồng cảm với từng nỗi niềm Cao My Nhân trải vào con chữ, người bạn thơ Trịnh Cơ đã có sự chia sẻ sâu sắc như hai nghệ sĩ sử dụng hai thứ nhạc cụ khác nhau, kỹ thuật khác nhau nhưng lại hiểu rõ tiết tấu các cung bậc của bản nhạc lòng để hòa vào nhau tung hứng làm tròn đầy những cảm xúc quyến rũ những tâm hồn yêu thơ xao động trên từng khoảng ngân lặng như tiếng ru thầm thì của biển cả trong đêm...

Cả hai tác giả đều có thế mạnh khi sáng tác thơ Đường, một thể thơ đòi hỏi sự nghiên cứu, tìm tòi học hỏi công phu để nắm vững luật lệ và những biến thể đa dạng, hơn nữa thơ Đường chỉ hay khi phải nhớ nhiều điển tích, có một lượng kiến thức tối thiểu về Hán ngữ và sự nhuần nhuyễn tung hứng con chữ mà không ít người khi sáng tác thơ Đường đã bị hạn chế về việc này khiến bài thơ khô khan khó cảm. Tuy ngày nay đa phần các nhà thơ đi tìm sự sáng tạo cái mới trong ngôn từ, nhưng thơ Đường vẫn có một vị trí nhất định trong lòng người yêu thơ. Ngoài ra tác giả Trịnh Cơ – Cao Mỵ Nhân cũng gây ấn tượng qua các thể loại thơ truyền thống khác, nhất là dòng lục bát ngọt ngào gần gũi với mọi tầng lớp xã hội, tồn tại mãi với thời gian.

Trải dài theo thi tập là hai số phận thấm mùi bể dâu vì biến chuyển thời cuộc và nỗi buồn viễn xứ cùng những khắc khoải lắng đọng nên hai tác giả có những rung động cùng tần số để cùng tao ngộ trên những vần thơ và hạnh phúc đượm nồng... cái hạnh phúc viên mãn của những tâm hồn yêu thơ.

Đâu đó, ta có thể thấy hình ảnh mình phớt qua hoặc hiện hữu trong những tâm cảnh được thể hiện qua những vần thơ trải dài suốt thi tập Xướng – Họa, đọc rồi cùng vui buồn với hai tác giả Trịnh Cơ – Cao Mỵ Nhân và cùng chia sẻ với những đồng cảm sâu sắc...

Với người yêu thơ vậy là vui rồi!

Xin chúc hai tác giả Trịnh Cơ và Cao Mỵ Nhân luôn hạnh phúc tràn đầy với những vần thơ Xướng – Họa tuyệt vời!

**Lê Hân – Nguyễn Thành**

NXB Nhân Ảnh - 2020

*Tranh họa sĩ Đinh Trường Chinh*

*Thơ*

# XƯỚNG - HỌA

## ANH VÀ 2019

Hai không một chín đây rồi
Quả cầu sắp vỡ, anh ngồi bên em
Đưa tay chặn thử trái tim
Ngó Ti Vi, thấy trời đêm rỡ ràng

Ở đây không có... Việt Nam
Quả cầu quê mẹ cơ hàn héo khô
Trái tim thất nhịp mơ hồ
Đêm đen đổ xuống nấm mồ giao xuân

Hai không một chín bâng khuâng
Trong tay đã mấy mươi lần ước mơ
Muôn năm hoa nở vàng thơ
Bên anh chiu chắt sắc cờ lưu vong

Tim em loạn nhịp... mênh mông
Quả cầu đã tới số Không dập dồn
2 0 1 9 chập chờn
Vỡ tung, anh hởi, xin còn mãi nhau...

*Hawthorne, 29/12/2019*
Cao Mỵ Nhân

## 2019 ĐỐI MẶT

Năm Heo tới sát cửa rồi
Ngày này năm trước anh ngồi với em
Tay run sờ thử con tim
Ở ngoài khung cửa bóng đêm rõ ràng

Nhìn kỹ... đâu có Việt Nam
Đêm đông lạnh lẽo nỗi hàn lạnh khô
Cây kim đếm nhịp đồng hồ
Như là đưa tiễn đến mồ ngày Xuân

Đang chờ một chín lần khân
Bao phen ngơ ngẩn tần ngần say mơ
Xuân về hoa nở như thơ
Anh lo ôm chặt lá cờ bại vong

Trong đầu đếm nhịp, trông mong
Ngày về quê cũ sẽ không nén dồn
Rồi con số 9 tới chờn
Dù sao đi nữa... sẽ còn với nhau!

*Paris, 29/12/2018*
Trịnh Cơ

## BÊN ĐÓ

Sao mưa lại lạnh trời thu
Khiến người bên đó thương ru bên này
Mưa đêm thấm ướt hồn say
Người bên đó ngó mưa bay thẫn thờ...

Cao Mỵ Nhân

## BÊN NÀY

Giọt mưa rỉ rả đêm Thu
Nhớ người bên đó lời ru luống này
Mơ màng trong giấc mộng say
Nửa đêm nghe tiếng lá bay ơ thờ.

Trịnh Cơ

## BIỆT CHÂU PHONG

Theo anh về bái biệt Châu Phong
Đất tổ lênh đênh giữa sóng Hồng
Nước lớn bâng khuâng sương với khói
Đò đầy ngần ngại gió và sông
Hai ngàn năm trước mơ hồ nhớ
Mười mấy ngày nay thấp thoáng mong
Cánh hạc vàng xưa trên Lãng Bạc
Còn nghe dòng Hát chảy phiêu bồng...

Hawthorne, 28/2/2019
Cao Mỵ Nhân

## MỘT THOÁNG PHÙ DU...

Đi giữa biển đời ớn đại phong
Lòng anh thủy thủ thích mây hồng
Trời trong gió tạnh buồn sương khói
Nước dịu sóng lài nhớ nhánh sông
Chờ lúc thuyền về lên bến mộng
Bỏ thời xa cách đỡ hoài mong
Người ơi, thác đổ sao nhanh quá
Sáu chục ngày phiêu lạc cõi Bồng.

*Paris, 06 Mars 2019*
Trịnh Cơ

## BUỔI NẮNG TÀ

Nhạn trắng bay về cuối nẻo xa
Hình như em đã bỏ rơi ta
Vàng thu cánh lá bay đầy phố
Trắng khói lần mây lượn trước nhà
Một chút sầu vương mi mắt khép
Nhiều lần khổ lụy lệ buồn sa
Không yêu thì chớ vui hò hẹn
Mà khổ tâm thêm lúc nắng tà...

Cao Mỵ Nhân (HNPD)

## KHÔNG ĐOẠN KẾT

Thấp thoáng một người ở phố xa
Như tuồng kẻ ấy có quen ta
Từ mùa Hạ trước ve đầy ngõ
Đến độ Thu qua lá ngập nhà
Vướng mắc tơ duyên sầu khổ hận
Cung đàn lỡ nhịp giọt sương sa
Thì thôi, nếu thế đừng mơ tưởng
Để khỏi buồn khi nắng xế tà....

Trịnh Cơ
*Paris, 30/09/2018*

## CẢM CÚM, NHỜ BẠN NẤU CANH

Nằm nhìn mây trắng phủ trời xanh
Mới thấy hồn đau trước quách thành
Khói bạc sa trường xưa sót lại
Sương vàng trận địa cũ còn tanh
Bao lâu mới hết lời than thở
Mấy thủa còn nghe chuyện đã đành
Hỏi phải tri âm hay khách lạ
Cảm rồi, nhờ bạn nấu nồi canh

*Hawthorne, May 15/2018*
Cao Mỵ Nhân

## ĐÂY... TIẾNG TRÂU XA!

Nơi này bên cạnh khóm rừng xanh
Vẳng tiếng trâu xa, một cổ thành
Vết tích gươm đao còn để lại
Thời kỳ xương máu vẫn hôi tanh
Cờ lau thấp thoáng người kinh lược
Sự nghiệp tương lai việc phải đành
Tóm trọn sứ quân về một mối
Anh hùng xưa... chuyện kể thâu canh.

*Paris, 15/05/2018*
Trịnh Cơ

## CHIM BAY MỎI CÁNH

Làm sao em sống được lâu
Để yêu anh tới bạc đầu mới thôi
Sống lâu thì chắc được rồi
Nhưng yêu thì phải hỏi trời nên không

Bởi trời cho trăm mùa đông
Làm sao tránh khỏi bão giông tình trường
Tình mình như khói như sương
Trăm năm là đủ yêu thương trọn đời

Nhưng anh không thốt lên lời
Bởi trong ngôn ngữ tuyệt vời thiết tha
Giữa trời mây nước bao la
Chim bay mỏi cánh vẫn là đứng yên

Nói rằng: "Anh rất yêu em"
Nghe như có vẻ muộn phiền trong thơ
Vào ra phong thái ngẩn ngơ
Nên thôi cũng chẳng ước mơ sống già...

Cao Mỵ Nhân (HNPD)

# KHÓ KHĂN TUỔI GIÀ

Dễ đâu ai sống dài lâu
Hòng yêu nhau đến già đầu chịu thôi
Có khi đau yếu rã rời
Dành nhau leo tới ông Trời được không ?

Buồn sao những buổi chiều Đông
Thương ai đang chịu gió giông đoạn trường
Người đi trong cảnh tuyết sương
Yêu rồi để nhớ để thương suốt đời

Làm sao mà nói cạn lời
Nhìn trên khoé mắt nửa vời thứ tha
Thôi đừng theo đuổi lân la
Thân kia rũ rượi như là lặng yên

Câu đầu anh đã tặng em
Mà sao nghe giống nỗi phiền người thơ
Loanh quanh ra ngẩn vào ngơ
E chừng như sợ niềm mơ tuổi già ....

Trịnh Cơ

## CHÀO MỪNG 2020

Đôi mươi hai chục bước thênh thang
Áo gấm khăn tơ thả rộn ràng
Sáng rỡ xóm làng chờ cách điệu
Tưng bừng phố thị đợi tân trang
Cuối năm vui đón ông bà tới
Đầu Tết chào mừng bạn hữu sang
Thi khách lời hoa trao chúc tụng
Ngày mai xuân giá đẹp son vàng...

*Hawthorne, 19/12/2019*
Cao Mỵ Nhân

## THẾ NHÂN HẠNH PHÚC

Bây giờ tám bó vẫn lang thang
Cứ tưởng đời ta thấy rỡ ràng
Nắng sớm chan hòa nơi ruộng rẫy
Gió chiều tươi mát chốn thôn trang
Xuân đưa phố rộng vui mùa tới
Tết đón thị thành rộn khách sang
Ừ nhỉ, nhân gian trong hạnh phúc
Ta đâu mê gác tía lầu vàng...

*Paris, 25/12/2019*
Trịnh Cơ

## CHÀO XUÂN MỚI

Xuân sắp về chưa những nụ cười
Vàng trời mai nở thịnh khai tươi
Mơ xưa bát ngát vương hồn nước
Mộng cũ mênh mông đẹp ý người
Tiếng trống nghênh tân sáng một Tết
Hồi chuông tống cựu tối ba mươi
Pháo vừa nổ lớn, trầm hương ngát
Quang phục quê hương đã rõ mười...

*Hawthorne, 5/1/2019*
Cao Mỵ Nhân

## CA KHÚC MỪNG XUÂN

Xuân sang mang lại tiếng vui cười
Hoa lá tràn đầy thắm ý tươi
Vườn tược cỏ cây vươn giấc mộng
Gia trang bếp núc thỏa lòng người
Nghênh tân mai tỉa cành vài chục
Tống cựu pháo trèo dậu mấy mươi
Chuông đổ, hương trầm thơm tỏa ngát
Tự do tái lập… mười trên mười!

*25/01/2019*
Trịnh Cơ

## CHÍNH KHÁCH - THI SĨ và TƯỢNG ĐÁ

Hình như chính khách làm thi sĩ
Cũng dễ như đang ở chính trường
Thi sĩ một thời mê chiến sử
Đã từng lập quốc, dựng ngôi vương

Thủa nay ai giúp người thiên hạ
Xây mộng công hầu giữa nhiễu nhương
Chính khách trầm ngâm xem tượng đá
Ra đi hay đứng lại bên đường

Tượng đá suy tư buồn nhỏ lệ
Giọt sầu tan nát cả hoa thơ
Ngươi ơi, thà chẳng là chi cả
Đỡ phải băn khoăn với đợi chờ...

Cao Mỵ Nhân

# NỖI BUỒN KIẾM KHÁCH

Dễ quá sinh ra làm kẻ sĩ
Không như người lính ở sa trường
Nhà thơ thuộc hết nhiều trang sử
Nhớ những ai từng đoạt tước vương

Bá, hầu chiêu kết bình thiên hạ...
Tuyển chọn nhân tài chốn loạn nhương
Với chuyện vá trời hay đội đá
Hùm thiêng nào xá chuyện trên đường

Đôi lúc suy tư lòng ngấn lệ
Tình buồn nuối tiếc khoảng trời thơ
Ngày mai khi nghĩ đời ngang dọc
Dấn bước phiêu lưu … hoặc ngóng chờ … ?

Trịnh Cơ
*25/01/2019*

## CỐ LÝ

Từ khi bỏ núi về châu thổ
Ta thấy hoàng hôn chan chứa vàng
Có phải kim ô mừng lửa đỏ
Hay là xích thố hận chiều tan!
Vẫn người chất ngất niềm thương tủi
Hoặc khách bâng khuâng nỗi nhớ tàn
Chinh chiến một thời quên cố lý
Sa trường hoa dại nở miên man...

*Hawthorne, 24/7/2018*
Cao Mỵ Nhân

## XA CHỐN YÊN BÌNH

Kể lúc hạ san về bản thổ
Rời xa núi đá bỏ tìm vàng
Kinh thành xáo trộn đời sơn cước
Sóc thượng im lìm chuyện nát tan
Nhớ cảnh đèo cao chiều sắp tắt
Nghe hơi gió lộng nắng gần tàn
Nơi đây xã hội đang nguy khốn
Tiếc nuối một thời chốn rợ man!

*Paris, 07/2018*
Trịnh Cơ

## CŨNG XUÂN

Cũng xuân, nên mới thấy xuân về
Rỗng túi, làm sao dạ hả hê
Con cái ngồi thừ mơ đón Tết
Bạn bè nghiền ngẫm mộng rời quê
Chẳng còn mai bạc trên vai áo
Chỉ thấy sao vàng trước mũi xe
Tất cả không gian màu xác pháo
Xuân hồng môi, má, đến riềm mi...

Cao Mỵ Nhân

## XUÂN BUỒN

Cũng đã chờ lâu cánh nhạn về
Làm gì để được hả và hê?
Ngày buồn lơ đãng mơ tình nước
Đêm vắng âm thầm nghĩ bóng quê
Nhớ thuở gian truân nằm miệng hố
Nhìn toàn thù địch trước đầu xe
Xuân tươi nào thấy... lòng u uẩn
Hoạt cảnh trong đời khiến sảng mê!

Trịnh Cơ
*Paris, 13/02/2019*

## ĐẾN ĐỌC THƠ TÌNH CHO BẠN NGHE

Đến đọc thơ tình cho bạn nghe
Để xem tâm sự lúc tan hè
Mầu phai sắc thắm trên thân phượng
Nhạc bặt âm vui trong xác ve
Lá đỏ khô khan quanh ngõ trúc
Tơ vàng vương vấn cạnh khay chè
Lời quyên thao thức tàn canh mộng
Đâu chuyện hoàng lương với ngựa xe?

*Vãn hạ, 2018*
Cao Mỵ Nhân

## KỂ CHUYỆN MÙA HÈ

Còn gì đáng để kể cho nghe
Hiu hắt từ xa gió độ Hè
Ẻo lả đong đưa từng lá phượng
U buồn rỉ rả mỗi âm ve
Trời trưa lại muốn hầu ly rượu
Nắng xế thì ưa cạn tách chè
Kiếp sống hoài mơ đời trưởng giả
Nhưng rồi đâu cảnh ngựa và xe?

*Paris, 08/2018*
Trịnh Cơ

## ĐẾN HẸN THU

Cánh nhạn bay về phố biển xa
Nào hay thu tới trước hiên nhà
Ba năm bóng núi không hề lệch
Một phút hồn thơ vẫn chẳng sa
Cỏ có biếc thêm phương nhớ cũ
Cúc chưa vàng khắp vạt mây tà
Chiều hoang ánh lửa chân trời tím
Tiếng trúc mơ hồ vọng thiết tha...

*Hawthorne, 28/8/2018*
Cao Mỵ Nhân

## TẠ TỘI

Phố vắng người từ chỗ bến xa
Chiều mưa ướt sũng khắp quanh nhà
Mười năm lưu lạc tơ lòng héo
Một dịp trùng phùng mắt lệ sa
Nhớ thuở chờ nhau hồi nắng sớm
Vui khi ước hẹn buổi chiều tà
Về đây sống lại ân tình cũ
Quá khứ qua rồi, phải bỏ tha!

*Paris, 30/08/2018*
Trịnh Cơ

## ĐI BIỂN

Mây có bao giờ trôi dưới nước
Mà sao đáy biển gợn cơn sầu
Một phen chấp chới trên hoang đảo
Ngàn thủa chênh vênh trước bóng câu
Tàu đã buông neo về phố thị
Đò chưa rời bến bỏ giang đầu
Hải âu thấp thoáng hay buồm lạc
Để khiến người phiêu bạt tới đâu...

*5 Mar. 2018*
Cao Mỵ Nhân

## LẠC LOÀI

Trăng rọi lung linh trên mặt nước
Chợt nghe thoang thoảng khúc tình sầu
Chim buồn ngây dại bên song cửa
Ngựa hí vang lừng trong vó câu
Có phải ngày vui nơi góc phố?
Thì ra kỷ niệm thuở ban đầu
Đời người như thể tên bay vút
Và kiếp lưu đày sẽ đến đâu?

*Paris, 06 Mars. 2018*
Trịnh Cơ

## DIỀU HÂU RÃ CÁNH

Một cánh diều hâu lã chã rơi
Không gian bốc khói tới chân trời
Đông tây lặng lẽ chìm kinh sử
Nam bắc âm thầm ngó biển khơi
Mê đắm dòng sông xô bão chuyển
Si cuồng bóng núi thả mưa rời
Cuối đời nghe tiếng chim ưng gọi
Khát lửa giang hồ soải cánh bơi...

*Hawthorne, 13/1/2019*
Cao Mỵ Nhân

## THỜI CƠ

Hào kiệt anh hùng đang rớt rơi
Chim ưng móng vuốt tỏa bầu trời
Đôi khi lặng lẽ xà trên đất
Có lúc oai hùng lướt viễn khơi
Thăm thẳm không gian cơn bão tới
Cuồng mê bản địa cảnh sương rời
Diều hâu rã cánh hồng hoang lạnh
Đến dịp cá kình thỏa sức bơi.

*14/01/2019*
Trịnh Cơ

*Tranh họa sĩ Đinh Trường Chinh*

## ĐỌC BỨC TÌNH THƯ

Ôi bức tình thư cuối tháng Tư
Xếp nơi đáy tủ, chữ hoen mờ
Vẫn anh thao thức từng đêm hận
Cùng chị u sầu mỗi giấc mơ
Áo đã phai thêm mầu tị nạn
Lòng còn nặng trĩu nỗi mong chờ
Bốn hai năm sắc cờ không nhạt
Rực rỡ hoàng kim khắp cõi thơ...

Cao Mỵ Nhân

## SẦU LY HƯƠNG

Sao buồn thầm lặng nén tâm tư
Hình bóng quê xưa chẳng xóa mờ
Thao thức bao đêm ôm khắc khoải
Ngậm ngùi từng phút chạnh sầu mơ
Ra đi cách trở luôn buồn nhớ
Gặp gỡ bên nhau mãi ngóng chờ
Ôi! Tháng Tư đen đầy nghiệt ngã
Lòng này tan nát cả hồn thơ!

Trịnh Cơ
*Paris, 24/04/2017*

## DÒNG SÔNG TÌNH

*(Cảm tác từ hồi ký "Ghé bến Cao Hùng"*
*của tác giả Trịnh Cơ)*

"Love River" ở Cao Hùng
Thầm lặng đôi bờ bao nhớ nhung
Thủa ấy, anh rời đệ thất hạm
Giờ đây, tàu đợi chốn vô cùng
Một ngày khắc khoải trùng dương hẹn
Nửa kiếp lênh đênh Tổ Quốc mong
Nghe sóng thời gian dồn dập vỗ
Giật mình chợt biết nước non trông...

*Hawthorne, 15/11/2019*
Cao Mỵ Nhân

## BẾN NƯỚC TÌNH XA

Biết bao kỷ niệm ở Cao Hùng
Hình ảnh êm đềm giống nệm nhung
Thời ấy đi tàu khu-trục-hạm
Giờ đây lái xế khúc đường cùng
Mơ say biển cả quên hò hẹn
Mắc bận sông hồ tiếc đợi mong
Có phải một chiều chưa tắt nắng
Buồn vào phố nhỏ … mắt vời trông?

*Paris, 15/11/2019*
Trịnh Cơ

## ĐỨNG TRƯỚC MÙA XUÂN

Khi chia tay mùa xuân
Em hỏi anh nhiều lần
Bao giờ ta gặp lại
Anh lững lờ, bâng khuâng

Em ở sau lưng anh
Mùa xuân vẫn long lanh
Nhìn đường đi trước mặt
Từng giọt sầu rơi nhanh

Bóng anh tít tắp xa
Bầu trời rộng bao la
Nhưng cuộc tình thu nhỏ
Trong trái tim bơ vơ

Không dám đứng lâu hơn
Em ôm nỗi tủi hờn
Gởi vô cùng tuyệt vọng
Vào thinh không cô đơn

Mùa xuân sắp trở về
Em tỉnh giấc đam mê
Anh vẫn nơi tiềm thức
Cuộc tình dài lê thê...

Cao Mỵ Nhân (HNPD)

# MÙA XUÂN ĐỢI CHỜ

Hôm nay đã mùa Xuân
Mà ta nhớ bao lần
Khi người yêu hỏi lại
Anh trở về hay không?

Em vẫn chờ mong anh
Giọt nước mắt rơi nhanh
Khi người yêu đối mặt
Nghe tiếng buồn lung linh

Nhìn ra phía trời xa
Nhớ thời vẫn lân la
Tình mình như biển rộng
Một nỗi nhớ chơ vơ

Buồn nào có buồn hơn
Nghe ra tiếng oán hờn
Tình đâu… tình thất vọng
Thương người cảnh neo đơn

Xuân đến đợi anh về
Ân tình vẫn say mê
Sao bắt em trông ngóng
Mộng ngày chuyện phu thê.

Trịnh Cơ
*Paris, 21/11/2019*

## ĐƯỜNG THI RŨ MỘNG

Dù rằng hẹn nước với thề non
Có nỗi gì như chẳng vẹn tròn
Kỷ độ sa trường còn bốc lửa
Thế thời chiến trận chẳng phai son
Dẫu xa mấy thuở buồn quê cũ
Vẫn nhớ đôi phen lạc dấu mòn
Xã tắc, sơn hà đều quạnh vắng
Mộng to khép lại giấc mơ con...

Cao Mỵ Nhân (HNPĐ)

## GIẤC MỘNG CON

Hồn chỉ yêu vì nước với non
Sao cho bổn phận phải vuông tròn
Nhớ sa trường cũ thời binh lửa
Nghĩ chuyện ngày nào thuở sắt son
Phiêu bạt giang hồ lòng quyến luyến
Theo chân cánh én dấu hao mòn
Đời người mơ ước còn gì lại?
Muốn vá trời... thành giấc mộng con!

Trịnh Cơ

# EM CÓ BUỒN TA

Ba mươi ngày chẵn tháng Tư này
Em có buồn ta, ta vẫn say
Mấy bạn già xưa đang tị nạn
Mươi người lính cũ cũng lưu đầy
Thất cơ, mù đã quin* thân hạc
Lỡ vận, sương càng ủ tóc mây
Biển nhớ hay lòng sầu nhật nguyệt
Mà không nổi sóng gọi vun gầy

Sao nhìn ta mãi tháng Tư buồn
Nào có chi hơn một mảnh hồn
Não nuột từ khi xa đất nước
Cô đơn ngay lúc biệt làng thôn
Em không hiểu nổi ta sầu thảm
Bạn chửa tin ư nỗi mỏi mòn
E chắc thiên thu tràn hận tủi
Đợi về lấp biển với san non...

*Hawthorne, hạ tuần tháng 4/2019*
Cao Mỵ Nhân

* *bao, quấn, tiếng miền Trung*

## DẤU HẰN TỦI NHỤC

Làm sao quên được cái ngày nẩy
Rượu uống li bì vẫn chẳng say
Để nhớ thân ta người lạc lỏng
Đừng quên số kiếp kẻ tù đày
Tình sầu ngơ ngẩn theo làn gió
Giọt đắng mơ hồ hướng cụm mây
Chẳng biết khi nào vui hội ngộ
Vẫn mang bóng dáng đã hao gầy.

Kỷ niệm kia ta chợt thấy buồn
Tháng Tư dạo ấy cướp linh hồn
Ngày Ba Mươi đó, tan thành thị
Năm Bảy Lăm này, nát xóm thôn
Tất cả tinh thần đều hoảng hốt
Người người tâm trạng thảy hao mòn
Dân Nam khởi sự luồng di tản
Khiến nửa cuộc đời vắng nước non!

*Paris, 21/04/2019*
Trịnh Cơ

# GẶP BÀI THƠ CŨ

Bài thơ người viết đã ba năm
Ta ủ trong mơ bỗng nẩy mầm
Ánh ngọc rỡ ràng trên nét chữ
Lời châu mê đắm giữa hoa tâm
Thất ngôn mà ngỡ thiên thu loạn
Bát cú còn nghe vạn cổ lầm
Nhật nguyệt lênh đênh từ buổi đó
Một mình thương nhớ nỗi buồn câm

Nỗi buồn nào cũng xót xa riêng
Mưa ướt hồn thơ khiến muộn phiền
Thả bóng lang thang trên lối mộng
Thu hồn lãng đãng ở non tiên
Ba năm đã tưởng nguôi tình nhớ
Một thoáng sao quên bẵng bạn hiền
Thốt gọi tên người mà hốt hoảng
Bốn bề tĩnh lặng, chẳng bình yên...

Cao Mỵ Nhân

## VẾT SON BUỒN

Vườn hồng chốn ấy vắng nhiều năm
Cây trái thay phiên đã mọc mầm
Hình ảnh quê xa buồn thắm ý
Chuyện tình lỡ hẹn nhớ thâm tâm
Giang hồ đây đó đời hoan lạc
Dấn bước phiêu du kiếp lỡ lầm
Đôi lúc hướng về nơi cố quận
Lòng này chỉ biết nén sầu câm.

Một góc đường đời ước niệm riêng
Nhàn du những tưởng bớt ưu phiền
Thuyền neo sông vắng bên chùa Phật
Chân lạc rừng trầm sát cõi Tiên
Có nhớ đời mình toàn bạn hữu
Đã quên thân phận vốn người hiền
Vẫn ưa thích sống tuồng như vậy
Cho thỏa thích, thần trí lặng yên

Trịnh Cơ
*Paris, 12 Mars 2018*

## KHÁCH GIỮA TRỜI

Chim bay sao cánh lại buông lơi
Nghe tự thâm tâm giấu những lời
Tha thiết, thầm thì, thao thức thiệt
Thật thà, thủ thỉ, tưởng tượng thôi
Mây đang lãng đãng về xa thẳm
Ta cũng như đôi khách giữa trời...

*Hawthorne, 26/6/2019*
Cao Mỵ Nhân

## HẸN ƯỚC... TRĂNG SAO

Ngày ấy câu hò giọng lả lơi
Tiếng ca văng vẳng chứa nhiều lời
Bon chen kiếp sống vươn lên nữa
Vất vả đời người tránh thiệt thôi
Đã hẹn gặp nhau nơi góc biển
Mà đi mất biệt chốn phương trời!

*Paris, 26/06/2019*
Trịnh Cơ

## KHÓI SƯƠNG THU CẢM

Em nằm ôm mặt khóc mùa thu
Lạ quá thu vương vấn khói mù
Sương cứ chập chờn theo khói tản
Bốn bề sương khói thả phù du

Không lời hồi đáp giữa thinh không
Khiến khói trầm luân cuốn cuộn vòng
Thu hỡi, có chi tha thiết nhỉ
Một vầng sương khói toả mênh mông

Tại sao thu ẩm ướt thu ơi
Lời hát vương tơ khói nửa vời
Cứ thế thu mờ thêm sắc nhớ
Một mầu sương khói phủ nơi nơi

Thế rồi thu bỗng lạnh trời xa
Và biển chao ôi trắng khói loà
Cách một hồn mây mà nhẹ hẫng
Sương từ quá khứ lại trôi ra...

Cao Mỵ Nhân (HNPD)

## THU VỀ NƠI CHỐN NGOẠI Ô

Trời mãi giăng buồn buổi chớm thu
Mưa rơi giọt nhỏ trộn sương mù
Thân già lụm cụm đời khô héo
Đêm tối như chừng kẻ mộng du...

Đã biết trần đời có tựa không
Người đi kẻ tới cứ lòng vòng
Bây giờ gặp gỡ, mai ly biệt
Cả khối u tình, cứ ước mong.

Thu về buồn lắm hỡi người ơi
Cảnh vật cô liêu thiếu vẽ vời
Phố thị vắng tanh chiều mới xuống
Ngoại thành khép kín giống nhiều nơi.

Đêm chày canh vắng tiếng từ xa
Xe chạy đèn chong chớp chóa lòa
Giấc ngủ chập chờn trong mộng mị
Phên đẩy nắng chói mới mừng ra...

Trịnh Cơ
*Paris, 28/09/2019*

## KHÔNG ĐÀNH

Nằm nghiêng ngắm ảnh ta buồn
Tình ơi, sao chẳng vuông tròn với ta
Người đi xa tít mù xa
Núi xưa bóng đổ lấp tà áo xanh

Lệ buồn vương khói mong manh
Bao nhiêu tơ tóc không đành nhớ nhung
Cho em nguyên cõi mịt mùng
Hình như anh vẫn lạnh lùng đọc thơ

Tại sao cứ phải giả lơ
Làm như suốt kiếp đang chờ đời sau
Xuân thì hoa nở vàng, thau
Mầu tươi kỷ niệm, sắc sầu tình phai

Thôi nghe nhạc xót lòng ai
Bao nhiêu hò hẹn cho dài cách chia
Tại sao lại phải xa lìa
Tiếng Chim Quí gọi mau về biển quen...

Cao My Nhân

## BẤT NHẪN...

Rằm mùa đông chợt thấy buồn
Vầng trăng hiện sớm mặt tròn ngắm ta
Nhớ người mãi tận phương xa
Vẫn còn thấp thoáng chiều tà núi xanh

Tình xưa sao quá mong manh
Thân quen ngày cũ nay thành đổng nhung*
Con thơ nằm khép trong mùng
Châm đèn đọc sách anh lùng ý thơ

Thôi thì mình cứ làm lơ
Kiếp này không được ta chờ kiếp sau
Bâng khuâng thao thức canh thâu
Làm sao quên được mối sầu phôi phai

Từ khi ước nguyện thương ai
Cung đàn lỗi nhịp đêm dài cắt chia
Ơ hay! sao lại phân lìa
Uyên kia cất cánh tìm về chốn quen.

Trịnh Cơ
*28/01/2019*

**đổng nhung*: nguyên soái (tự điển KTTĐ)

## LỆ TRÀN THƠ

Chán rồi tất cả chuyện tầm phơ
Nó khiến ta thêm nỗi phạc phờ
Cứ bảo rằng hoa ru cõi mộng
Nào ngờ tại gió hú trời mơ
Tưởng sao năm cánh soi mây tỏ
Hoá đất ngàn thu phủ khói mờ
Sông núi nào xưa đang đổi sắc
Mắt già hay lệ tủi tràn thơ...

Cao Mỵ Nhân

## CẠN NGUỒN THI HỨNG

Chán lắm rồi, nhiều chuyện phất phơ
Làm cho ta ngất mệt bơ phờ
Đinh ninh suối vắng đưa đường mộng
Rốt cuộc rừng già khép lối mơ
Cứ nghĩ thời gian liều thuốc bổ
Ngờ đâu năm tháng cảnh sương mờ
Đường trần hiu quạnh ta lê bước
Sức lực hao mòn cạn ý thơ....

Trịnh Cơ
*Paris, 22/07/2018*

## LỠ TẾT

Hỏi ai chán Tết nhất, thưa: ta
Đủ mấy ngày xuân, ngó xó nhà
Chẳng thấy ông trời khoe nắng ấm
Chỉ nhìn bầy quạ nhớ đường xa
Bao nhiêu thiên hạ chờ tan tuyết
Một chắc hà nhân chịu lỡ đà
Người ở phương nào, sao tắc tiếng
Không về la hét, lệ này sa...

Cao Mỵ Nhân

## TẾT CŨNG NHƯ KHÔNG

Tết với ai giàu chẳng của ta
Buồn tênh trốn gọn ở chuồng nhà
Ngày mai trông ngóng người ngàn dặm
Quá khứ mơ mòng kẻ chốn xa
Sống khổ cả đời toàn lỡ trớn
Cơ ngơi sự nghiệp vẫn la đà
Xuân tươi cứ việc về thong thả
Khỏi phải ưu sầu, giọt lệ sa ...

Trịnh Cơ
*24/01/2019*

## LỜI NGUYỀN

Một mùa gió bụi cao nguyên
Tôi về nhớ lại lời nguyền năm xưa

Ngày đi, mình vẫn ngây thơ
Sao hôm nay thấy già nua, võ vàng

Hình như khí núi, hơi rừng
Đã hun mắt biếc đêm sương dại khờ

Tôi về nhắc lại hôm xưa
Lời thề rành mạch tưởng chưa xa mình...

*Tân Sơn Nhất, 1956*
Cao Mỵ Nhân

## ƯỚC NGUYỀN TUỔI TRẺ

Người về từ chốn thảo nguyên
Như chừng nhớ tới ước nguyền năm xưa

Là khi mình lúc còn thơ
Mơ ngày khôn lớn tìm quơ bạc vàng

Xông pha vượt núi băng ngàn
Đâu màng gió rét mưa sương mệt khờ

Vẫn còn luyến tiếc niềm mơ
Ước nguyền tuổi trẻ cũng chưa quên mình...

*Paris, 21/11/2019*
Trịnh Cơ

## LÒNG XIN CỨ TẠM...

Lòng xin cứ lại mịt mù
Để không thấy được thiên thu cuộc tình
Để đừng quên những ảnh hình
Đã đưa giông bão cho mình đắm say

Mới vừa xuân ở trong tay
Thoáng nghe thu cảm hồn đầy hoang liêu
Anh rằng: "Thôi nhé tình yêu
Chỉ là nước mắt trôi theo tuổi buồn..."

Lòng xin cứ tạm vẹn tròn
Tình ơi, đối với nhau còn thiết tha
Thì xuân ở mãi bên ta
Sẽ không vàng võ hồn hoa úa tàn

Một ngày bão nổi tan hoang
Một đời giông gió thức choàng tỉnh, mê
Một em lủi thủi đi, về
Hương tan khói tụ thơ si đắm chìm...

Cao Mỵ Nhân (HNPD)

## LÒNG VẪN CỨ YÊU

Đã từ nơi chốn sương mù
Làm sao quên được mùa thu tâm tình
Này nét bút này tấm hình
Bao ngày tháng cũ cho mình mơ say!

Mùa Xuân trong với tầm tay
Chỉ nghe tiếng thoảng đong đầy tịch liêu
Ai cho tôi nụ thương yêu
Hoàng hôn ngã bóng chiều theo nỗi buồn.

Ái ân lòng vẫn vuông tròn
Thương yêu vụng dại cũng còn thứ tha
Thời gian cứ bám theo ta
Làm sao giấu nỗi cánh hoa rụi tàn..

Thế rồi ta vẫn đi hoang
Một đời say đắm, chợt choàng cơn mê
Còn lâu mới lại trở về
Thăm hương tình cũ, si mê… rớt chìm!

Trịnh Cơ
*21/02/2019*

## LỐI VỀ

Đã mấy lần quên bẵng lối về
Tưởng là kề cận hoá sơn khê
Bao nhiêu sương phủ đôi triền dốc
Một chút tình phai mớ tóc thề
Én đón xuân rồi bay cuối biển
Người chờ ai tới rộn bờ mê
Trăm năm nhắc mãi câu hò hẹn
Sao lại buồn hiu hắt tứ bề...

*Hawthorne, Mar. 6/2018*
Cao Mỵ Nhân

## ĐA ĐOAN

Biết bao ngày tháng lạc đường về
Rảo bước giang hồ tận núi khe
Bỗng nhớ vườn xưa từng ước hẹn
Rồi mơ người cũ đã trao thề
Mai đây có thể lên bờ giác
Lần tới không chừng tấp bến mê!
Đi khắp chân trời hay góc biển
Loay hoay cuộc sống cứ bề bề!

*Paris, 7 Mars 2018*
Trịnh Cơ

## MẢNH TRĂNG THƠ

Từ lâu, để mực đọng nghiên vàng
Bút cũng âm thầm ngại điểm trang
Một nét ngọc phai thành lạc điệu
Bao lời châu nhạt lỡ tan hàng
Dẫu xuân còn đứng chờ hoa nở
Hay hạ đang ngồi đợi nắng sang
Thì cứ cùng thơ vui đối bóng
Theo trăng đi xé nửa thiên đàng.

Cao Mỵ Nhân

## NHỚ CẢNH TRƯỜNG XƯA

Lâu quá không đi dưới nắng vàng
Bên bờ biển đẹp xứ Nha Trang
Quân trường cảnh cũ như còn đó (*)
Nhớ lúc ắc ê bước gọn hàng
Chuyên nghiệp mong chu toàn lãnh thổ
Hải hành muốn bảo vệ giang san
Nước non xã tắc thời vi diệu
Nay chẳng còn đâu chốn địa đàng.

Trịnh Cơ
Paris, 27/03/2017

(*) TC vốn xuất thân trường sĩ quan Hải quân Nha Trang.

# MỘT CHIỀU

Một chiều nắng tắt phía chân mây
Lặng lẽ nhìn hoa lúc cuối ngày
Chạnh nhớ người đi xa tít tắp
Thầm thương kẻ ở lại buồn thay
Tiền thân có thể là chim hạc
Hậu kiếp e chưa gặp tổ bầy
Ngó mãi nhân gian sầu cảm lụy
Chén quỳnh đã cạn vẫn chưa say.

*Hawthorne. 18/11/2018*
Cao Mỵ Nhân

## MỘT MÌNH... SAY

Lãng đãng trời sầu ngợp bóng mây
Đường xa dong ruổi đã bao ngày
Dừng chân giữa bóng chiều dần ngã
Lạc bước trong màn tối, ngại thay!
Tiếng quạ kêu sương về lại tổ
Lời chim rối rít sợ lìa bầy
Trần ai còn lắm người bi lụy
Có kẻ buồn tình... chếnh choáng say.

*Paris, 20/11/2018*
Trịnh Cơ

# MỘT TÁCH TRÀ KHAN

Ta vẫn làm thơ để tặng mình
Dù rằng hoa muộn chẳng còn xinh
Dù mây chưa tụ mà tan loãng
Ta vẫn mong chờ, dẫu sợ kinh

Tại sao phải sợ khi yêu người
Xuân sắp về chưa, thu tuyệt vời
Tất cả trong ta là tuyết ấm
Đông vừa hâm nóng để rong chơi

Ta chẳng cần chi cái tiếng yêu
Thế gian ai đã thật yêu nhiều
Như ta ấp ủ toàn thơ mộng
Trong trái tim mình vẫn tự kiêu

Tương tư đầy ắp một chung trà
Sóng sánh trên tay nỗi thiết tha
Ta cám ơn mình vô số kiếp
Đời này rồi kiếp tới tình xa...

Cao Mỵ Nhân (HNPD)

# MÀ CHI…

Thiên hạ còn ai nghĩ đến mình
Hoa vườn năm trước vẫn đang xinh
Trời trong mây trắng trôi lờ lững
Mưa chẳng rơi liền, sao thất kinh?

Yêu mà chi, phải ngóng tin người
Nhớ lại tình xưa, chuyện nửa vời
Khi đục khi trong, niềm trắc ẩn
Để lòng thanh thản kiếm vui chơi

Cần gì hai tiếng đó: tình yêu
Thất bại bao phen, khổ thật nhiều
Cứ tưởng thiên đàng là thế ấy
Ta bèn rào rạt trong nét kiêu

Đối diện mời ai một tách trà
Tay ngà mềm mại cố buông tha
Nhìn trong ánh mắt lòng thờ thẫn
Chẳng biết có buồn khi cách xa…

Trịnh Cơ
*Paris, 11 Jan. 2020*

## MỘT THỜI

Một thời không nhất thiết cao sang
Cũng đủ cho ta thấy bẽ bàng
Nửa kiếp phù sinh coi lấp lửng
Cả đời ẩn dật nói lang bang
Thơ như cứu cánh dù khiêm tốn
Bút vẽ tương lai dẫu muộn màng
Ngó trước, nhìn sau, toàn lỡ dở
Lòng chùng tâm sự lại mênh mang.

*Hawthorne, 27/9/2019*
Cao Mỵ Nhân

## CÓ CẦN CHI...

*(họa 4 vần)*

Đời mình há kể kiếp hèn sang
Khổ sướng thân ai khỏi phải bàn
Chả thiết tranh đua cùng chúng bạn
Không buồn so sánh với nhân bang
Vô tư cứ sống người bình dị
Mặc kệ mà vui chuyện lỡ làng
Có phải bon chen hầu cứu rỗi
Đâu cần dựa dẫm kẻ cưu mang!

*Paris, 01 Oct.2019*
Trịnh Cơ

## MUỘN RỒI

Muộn rồi còn nói chi đây
Năm lần bảy lượt hồn say tình người
Muộn rồi thì lại rong chơi
Cho mê đắm hết cuộc đời tan hoang

Muộn rồi tim cũng vỡ toang
Như là cửa mở sáng quang đãng nhà
Muộn rồi anh hỡi thiết tha
Để em cột lại kiêu sa mang về

Thế là lầm lạc si mê
Còn y trong dạ ủ ê muộn phiền
Muộn rồi thành vẫn chính chuyên
Bao nhiêu hò hẹn uyên nguyên mơ hồ...

*Hawthorne, 24 Nov. 2018*
Cao Mỵ Nhân

# HẸN ƯỚC TRÊN CAO

Em ơi, hãy tới nơi đây
Bên anh tình tự để say lòng người
Xong rồi hai đứa vui chơi
Cho chim rã cánh, cho đời nát hoang

Nhìn kia, cánh cửa mở toang
Sẵn sàng đón nhận hào quang viếng nhà
Bao nhiêu tội lỗi thứ tha
Ta đà mỏi mệt đường xa mới về

Cõi lòng thương hận, say mê
Còn đang lẩn quẩn tái tê buồn phiền
Lỡ rồi, một chính hai chuyên
Ngàn năm ước hẹn... thảo nguyên sông hồ.

*15/01/2019*
Trịnh Cơ

*Tranh họa sĩ Đinh Trường Chinh*

## NGA MI CẢM TÁC

Ôi cảnh từ ly ở cõi thiền
Thương người sầu tủi giấc cô miên
Bao năm khắc khoải lời kinh muộn
Một thoáng bâng khuâng tiếng kệ phiền
Đợi sáng nằm mơ mây xứ Phật
Quên mình suy tưởng mộng thần Tiên
Nga Mi có phải chờ tương ngộ
Hay chỉ mình ta ủ nỗi niềm...

*Hawthorne, 25/2/2017*
Cao Mỵ Nhân

## AN NHIÊN

Từ lúc đem thân dưới cửa thiền
Cuộc đời ô trọc hết triền miên
Ngồi bên kinh kệ tâm không chuyển
Đứng cạnh trầm hương trí chẳng phiền
Ngày tháng tu tâm lòng hướng Phật
Thời giờ dưỡng tánh dạ quy Tiên
Lâu rồi buông xả vòng nhân thế
Công quả sớm khuya vẫn một niềm.

*Paris, 26/2/2017*
Trịnh Cơ

# NGÀY LỄ HỘI MA

Lễ hội quỷ ma sắp tới rồi
Halloween mở bốn phương trời
Bao nhiêu mặc khách Đường thi sẽ
Mỗi vị tao nhân Tống luật chơi
Mặt nạ dấu đi lời ngọc vỡ
Tay tiên giữ lại tiếng thơ rơi
Âm dương nhất thể vui hoà xướng
Những bóng hình hư huyễn tuyệt vời...

*Hawthorne, Oct. 7/2018*
Cao Mỵ Nhân

## ĐÊM MA QUÁI

Halloween cũng đến nơi rồi
Quỷ quái hiện nhanh mọi góc trời
Thi sĩ tìm về nhiều hứng thú
Người hùng bày lại những trò chơi
Che đầu dấu mặt lời ong vỡ
Thay áo đổi quần tiếng quạ rơi
Già trẻ từng đoàn đi khắp xóm
Chào thưa, kể lể... chuyện xa vời!

*Paris, tháng 10/2018*
Trịnh Cơ

## NGHE TIẾNG QUẠ

Bầy ô ơi, lượn quanh vòm cao
Khản cổ trên cây đón nắng đào
Tiếng quạ não nùng rơi điệp điệp
Hồn quyên bi thảm vọng nao nao
Bờ mê lãng đãng thôi mời gọi
Bến giác lênh đênh khó giạt vào
Đứng giữ lằn ranh ma, niệm Phật
Lời kinh mỗi lúc một thanh tao.

Cao Mỵ Nhân

## TIẾNG QUẠ KÊU SƯƠNG

Bóng chiều êm ả, áng mây cao
Gió hắt hiu ôm ngọn trúc đào
Người vẫn giang hồ đi mất hút
Em hằng chờ đợi đến khi nao?
Thu qua Đông đến lòng vô cảm
Xuân tới Hè sang mộng thắm vào
Tiếng quạ kêu buồn trong chợp tối
Là lời tiễn biệt, khúc Ly Tao?

Trịnh Cơ
*Paris, 13/03/2018*

# NHỚ CÁNH HẠC XA

Chao ôi, trọn kiếp yêu người
Làm chi cho khổ một đời kiêu sa
Phượng vàng chắp cánh bay xa
Cùng hoàng hạc giữa sơn hà tri âm

Quê hương giữ mãi trong tâm
Những hình ảnh cũ mờ dần tàn phai
Phượng xưa nhung nhớ riêng ai
Cánh vàng hoàng hạc sông dài, núi cao

Tình ơi, khắc khoải nghẹn ngào
Ngồi đong nước mắt đổ vào hồn thơ
Từ đi tam đảo, ngũ hồ
Giờ về buồn tủi, hững hờ nắng mưa

Thời gian cạn sớm, vơi trưa
Sao nghe lòng dạ vẫn chưa quên người
Hình như hoàng hạc lưng trời
Đang rong ruổi đợi một lời thủy chung

Cao Mỵ Nhân

# NGƯỜI CÒN NHỚ...?

Người ơi, ta vẫn thương người
Đừng than khổ ải cả đời lệ sa
Cho dù ta ở chốn xa
Chỉ lo giữ vững sơn hà, sắc âm.

Hằng đêm vẫn nhớ, ghi tâm
Hương xưa tình muộn đã dần phôi phai.
Hằng Nga theo dõi bóng ai,
Nhớ lời hứa cũ sông dài, non cao.

Còn đâu giọng nói ngọt ngào.
Đêm đêm dõi bóng ghi vào câu thơ.
Đời ta lưu lạc sông hồ.
Giờ đây ngồi ngắm ơ hờ cơn mưa

Bao nhiêu nắng sớm, trời trưa.
Xót xa tấc dạ quên chưa được người.
Chiều nay ngước mặt trông trời.
Ta đây người đó, nhớ lời ước chung.

Trịnh Cơ
*25/01/2019*

## NHƯ BỖNG NHỚ QUÊ

Bao năm xa cách núi sông rồi
Mà tưởng đang kề sát má môi
Cúi mặt vẫn đây dòng nước chảy
Ngửng đầu còn đó đỉnh non bồi
Bờ lau trắng xoá hoa ngân nhũ
Ghềnh đá xanh mờ ánh bạc vôi
Từ Ải Nam Quan vô Ngũ Quảng
Tới Cà Mau sóng gọi liên hồi...

*Hawthorne, 27/12/2018*
Cao Mỵ Nhân

## CÓ CÒN NHƯ XƯA...

Hơn bốn lăm năm cách biệt rồi
Hôm nào còn sát má kề môi
Lưu vong từ đấy nên thua thiệt
Biệt xứ hơi lâu cố đắp bồi
Nhớ lúc ra đi trời ánh bạc
Mong ngày trở lại đá tươi vôi
Cầu mong đất nước hương màu cũ
Để khỏi đau thương một kiếp Hời!

*Paris, 27/12/2018*
Trịnh Cơ

# NỖI BUỒN VÔ CỚ

Có những nỗi buồn vô cớ lắm
Mà sao thổn thức đến trăm năm
Mà sao giấu giếm lòng say đắm
Để khiến hồn thơ phải lặng câm

Thì cứ tự nhiên ngồi thổ lộ
Tỏ bày như chẳng có chi ngăn
Tỏ bày tình tiết sầu thương đó
Khổ luỵ trong tim nức nở thầm

Vô cớ thì tìm thêm đủ cớ
Và rồi thao thức, rồi phân vân
Tưởng là sai trái hay lầm lỡ
Kỳ thực buồn vương chút ngại ngần

Thiên lý tình ơi, mùa tận tuyệt
Người  hay cánh bướm tự xa xăm
Thiết tha vô cớ đầy sương tuyết
Ta nhiệt tình ôm ấp tấm thân...

Cao Mỵ Nhân

# BUỒN... CŨNG VẬY THÔI

Chao ơi, cả vạn điều buồn lắm!
Đâu chỉ một ngày, kéo suốt năm
Tưởng cứ đong đưa trên hố thẳm
Khi sầu khi chán lại như câm.

Ta giữ trong tim không hé lộ
Ai nào có biết để can ngăn
Tình sầu thiếu nữ bên bia mộ
Khóc kể người yêu, vẫn khóc thầm.

Chuyện của riêng lòng sao cắc cớ
Cuộc tình thay đổi tựa phù vân
Đâu hay biết có khi mình lỡ
Nặng kiếp trần ai, tóc trắng ngần...

Ngắm cảnh bướm hoa trông diễm tuyệt
Giữa trời trong với gió xăm- xăm(*)
Trên đầu thung lũng đầy hoa tuyết
Lướt nhẹ đồi tùng uốn éo thân.

Trịnh Cơ
*Paris, 29/10/2019*

(*) đi, lướt nhanh: "*Xăm-xăm đè nẻo Lam-kiều lần sang*".(Kiều)

# NƠI ĐÁY CỐC

Bão tố chi nơi một tách trà
Mà nhìn bọt nước sủi phôi pha
Hoa như ấp ủ dàn thơ ngọc
Gió cũng lan man mấy liếp nhà
Vắng bóng chàng Trương in đáy cốc
Thương tình cô Mỵ xót âm ba
Tương tư biệt khúc sầu tri kỷ
Thoáng ngậm ngùi thêm lúc cách xa...

*Hawthorne, 5/6/2018*
Cao Mỵ Nhân

## KHỐI TIM NGÀ NGỌC

My Nương nghiêng bóng cạnh chum trà
Thổn thức theo từng giọt nước pha
Lơ lửng con thuyền xua nước vỗ
Mơ hồ tiếng sáo vẳng khoang nhà
Hình chàng gợi nhớ chiều tương ngộ
Truyện cũ làm buồn cảnh mẹ ba
Mắt lệ này đây... em tạ tội!
Tim chàng ngà ngọc, nợ tình xa...

*Paris, 06/06/2018*
Trịnh Cơ

# NỬA ĐƯỜNG

Biết rằng ma sẽ xa ta
Từ trong vô thức quan hà mênh mông
Ta ôm thân phận vào lòng
Ngó nghiêng trái đất thoát vòng luân lưu

Hôm xưa tình rã oan cừu
Một đàn bướm trắng đã cưu mang người
Ta về hái nụ hoa tươi
Tặng ai cúng Phật giữa trời phiêu du

Quên luôn cả mối cựu thù
Chuyến xe tiễn biệt thiên thu đứng chờ
Ta còn nguyên vẹn tình thơ
Xoa tay bái tạ đôi bờ tử sinh

Thế là gạt chuỗi điêu linh
Trăm năm say đắm lữ trình mê hoang
Mình ta bỏ chuyến đưa quan
Nửa đường, vàng lá bay ngang ngập ngừng...

Cao Mỵ Nhân

# TRÊN NỬA CHẶNG ĐỜI

Chắc rằng nàng rất yêu ta
Anh theo tiếng gọi sơn hà, đợi mong
Tình riêng ấp ủ trong lòng
Có đâu hờ hững bỏ vòng luyến lưu

Đa mang tình nặng oán cừu
Tâm tư nhẹ hửng bớt cưu thù người
Ngày Xuân cảnh vật tốt tươi
Ta còn dấn bước dưới trời lãng du

Sống đời mang mãi hận thù
Thương ai mài miệt mùa Thu mong chờ
Băn khoăn hoài niệm tuổi thơ
Quay qua nhìn lại... đây bờ thư sinh

Trời cao ánh sáng lung linh
Rọi nhìn thẳng xuống quá trình đi hoang
Có người mệt mỏi lộ quan
Đường xa vạn dặm... bỏ ngang chặng ngừng?!

Trịnh Cơ
*25/01/2019*

## NỬA GIẤC

Chỗ nằm, sao lại rộng thênh thang
Nắng chiếu ngoài hiên đẹp rỡ ràng
Năm hết chưa hay ngày đã đủ
Tuổi vừa cạn hoặc tháng chưa sang
Thì hoa vẫn nở tươi mầu thắm
Và lửa đang reo thử sắc vàng
Nửa giấc công danh vào huyễn mộng
Trở mình thời khắc mãi âm vang...

*Hawthorne, 7/12/2018*
Cao Mỵ Nhân

## TỈNH MỘNG

Muốn tới trời dài phải bắc thang
Đường đi thẳng tắp đẹp rỡ ràng
Ở đây quả đất sao tồi tệ
Trên ấy Thiên Đình vốn quí sang
Thượng uyển Bồng lai hương sắc thắm
Vườn hoa dương thế lá màu vàng
Ta leo gần đến miền thơ mộng
Sực tỉnh… bên ngoài, tiếng hét vang!

*Paris, 10 Dec. 2018*
Trịnh Cơ

## PHIỀN MUỘN

Chúng ta một lũ ngông cuồng
Uống sương thiên cổ, diễn tuồng khùng điên
Quanh năm luẩn quẩn một miền
Si mê tình tự, khiến phiền muộn thơ

Cát vàng thốc bụi hoang sơ
Ngàn câu huyễn cảm trên bờ pha phôi
Kinh văn chương niệm suốt đời
Kệ bâng quơ tụng xa vời thủa nay

Chúng ta một lũ đắm say
Đã quên thân phận còn đầy đọa nhau
Bây giờ tới tận muôn sau
Đừng ai nhắc chuyện công hầu dở dang

Một trời mũ áo sô tang
Lẫn trong khói tỏa mây ngàn mong manh
Vạn niên tâm sự long lanh
Như kim cương vỡ tan thành lệ mưa

Chúng ta một lũ cuồng xưa
Hẹn nhau trễ chuyến đò trưa lỡ thời
Để rồi cạn chén rong chơi
Tỉnh ra, không thấy một người nào quen...

Cao Mỵ Nhân

## BUỒN ĐỜI, TA DONG RUỔI

Bản thân ta tính si cuồng
Nhìn đời như thể một tuồng đảo điên
Tháng năm lưu lạc khắp miền
Chỉ chuyên quậy phá làm phiền tuổi thơ

Trưởng thành như trẻ ban sơ
Phiêu lưu từ đó khắp bờ... chia phôi
Văn chương lãi nhãi suốt đời
Thi ca đùa giỡn vẽ vời xưa nay

Nghĩ rằng mình, kẻ khướt say
Cứ như con rối đong đầy lụy nhau
Đời này mãi tới đời sau
Làm sao tới bực vương hầu giỏi giang

Thế rồi đầu đội khăn tang
Thế rồi mới biết trăm ngàn thanh manh*
Trí khờ, chậm chạp không lanh
Ta buồn khóc ngất lệ thành nước mưa

U sầu nhớ mãi thời xưa
Còn đâu những buổi trời trưa thiếu thời
Thôi đành tiếp tục vui chơi
Hầu mong gặp gỡ một người thân quen...

*22/01/2019*
Trịnh Cơ

** thanh manh: mù quáng (tự điển KTTĐ)*

## QUÊN ĐI

Ta phải quên đi, mới nhớ nhiều
Một người mang tất cả tình yêu
Từ khi quen biết, hay ngày chết
Tới lúc xa rời, hoặc bóng xiêu
Sự thực hồn hoang thôi mộng mị
Nào mơ vẩn đẹp hoá tiêu điều
Đã trong hư ảo, càng tan biến
Mau chóng như là chữ nghĩa siêu...

Cao My Nhân (Mùa Xuân Của Anh)

# CUỘC ĐỜI RẮC RỐI

Hãy quên mọi chuyện, nhớ chi nhiều
Lỡ dấn thân vào chốn khổ yêu
Đắm đuối mê say lòng ngấn lệ
Thẫn thờ hốc hác cảnh liêu xiêu
Chữ tình xem lại dư khuôn mẫu
Thực tế coi qua lắm vạn điều
Hơi sức nào đâu mà bám víu
Toàn là chữ nghĩa quá cao siêu!

Trịnh Cơ
*26/01/2019*

## SẮC PHƯỢNG

Nhớ môi em mầu đỏ tươi thủa trước
Anh đi tìm sắc phượng giữa đam mê
Mùa hạ đã thắm mầu rơi mỗi bước
Từng cánh hoa khao khát đón anh về

Em quên mất điểm trang hay buồn bực
Cho anh xin dĩ vãng nụ cười xinh
Em quay đi, có điều gì ấm ức
Nói anh nghe, ta làm đẹp cuộc tình

Em đang giận mùa xuân vừa trốn mất
Khiến chim thôi không hát gọi mặt trời
Anh khôn khẽ, lỡ em rơi nước mắt
Trước phượng hồng, ôi bất chợt chơi vơi...

Cao Mỵ Nhân (HNPD)

## CÁNH CHIM XA

Đã qua rồi đoạn đường hai tháng trước
Em với ta trên tầng lớp say mê
Cùng to nhỏ khi hai người chung bước
Chỉ đi thôi, không mong mỏi ngày về

Đôi khi cũng có màn hơi tức bực
Rồi qua đi khi với nét môi xinh
Em lẩm bẩm nói ra điều ẩn ức
Anh nhẹ nhàng hâm nóng lại chuyện tình

Đường xa rộng bỗng đâu hình bóng mất
Những con chim đã từng tới vùng trời
Thoát biệt dạng, làm em buồn đôi mắt
Lòng bớt vui, tâm sự thoảng đầy vơi...

Trịnh Cơ
*Paris, 14/05/2019*

## SẮC QUỲNH

Xuân có về không tự nhủ mình
Đến Chùa chú nguyện những lời kinh
Chuông vô tán Phật sầu Vân Các
Mõ gọi hoà thơ lạc Uyển Đình
Ngõ hạnh hoa bay tàn bất tử
Cửa thiền trầm tỏa khói trường sinh
Tâm vui mở rộng thêm năm tháng
Ấm áp tay nhau vạn sắc Quỳnh.

*Hawthorne, Sept. 5. 2017*
Cao Mỵ Nhân

## MÙA XUÂN HY VỌNG

Từ lâu khó ổn cuộc đời mình
Lễ hội đi chùa để tụng kinh
Khấn vái say mơ miền Cực Lạc
Dâng hương ước vọng chốn Thiên Đình
Trần gian cứ vướng vòng mê lụy
Kiếp sống luôn phiền chuyện tử sinh
Nắng đẹp chim muông vang tiếng hót
Vườn Xuân đặc sắc cánh hoa Quỳnh.

Paris 19/04/2018
Trịnh Cơ

## SAU CHẤN SONG

Đồng ca hay đối thoại trong lồng
Vẫn chỉ tiêu đề: Vượt chấn song
Xanh thẳm mây trời cao quyến rũ
Vàng tươi đồng lúa rộng chờ mong
Nhạc buồn thao thức quyên thăm hỏi
Hoa muộn tàn phai nước ngóng trông
Kỷ niệm còn đây: Khung cửa hẹp
Đôi chim thương nhớ một dòng sông...

Cao Mỵ Nhân

## TỪ CHỐN LAO TÙ

Buồn tênh cảnh cá chậu chim lồng
Kiếp sống tù đày, nghẹt cửa song
Bổn phận đầu tiên... tìm giải thoát
Chương trình tối hậu cố hằng mong
Đệ huynh kết nghĩa từng han hỏi
Bè bạn thân tình vẫn đợi trông
Chợt nhớ hôm nao chiều vắng lặng
Ta cùng ai dạo bước bờ sông.

Trịnh Cơ
*Paris 23/05/2018*

## SẦU MÊ ĐÁ

Có thời mình lỡ mê hồn núi
Đến nỗi càn khôn quăng đá chia
Xẻ dọc hoàng thành, thơ hoá bụi
Cắt ngang trường kiếm, lệ tràn bia
Mộ tình từ đó hoa vàng cỗi
Hương quế tìm đâu đốm lửa tia
Chẳng biết ai ngang vùng tử lộ
Hình về ôm bóng khóc xa lìa...

*Hawthorne, 3/2/2019*
Cao Mỵ Nhân

## TUNG HOÀNH

Ta lỡ dịp san hồ phá núi
Chẳng còn gan sóng gộp bờ chia
Đời người rốt cuộc thành tro nhuyễn
Thân xác để rồi núp mộ bia
Hùng lực vươn cao như lửa nhóm
Hương trầm nghi ngút tựa lằn tia
Khi mà lạc chốn mê hồn trận
Vẫn nhớ thương ai, tiếng khóc lìa ...

*Paris, 06 Fév. 2019*
Trịnh Cơ

## TÀU VỀ

Ánh lửa sầu leo lét rất xa
Tàu trôi thẳng hướng về quê nhà
Một viền đen sẫm chân trời tối
Mấy ánh sao vàng cuối núi ma
Trăng giận bỏ đi tìm hải đảo
Đêm vơi nán lại phủ sơn hà
Có lênh đênh mãi thì thân phận
Cũng phải quây quần lũ chúng ta...

*Hawthorne, 15/5/2019*
Cao Mỵ Nhân

## ĐÊM ĐEN

Đâu biết chàng về tự chốn xa
Từ lâu anh cách trở thôn nhà
Ngày đi nối nhịp theo hồn quế
Đêm đến dung hòa với bóng ma
Hờn giận lang thang ngoài biển đảo
Buồn tênh quan sát dãy ngân hà
Biệt ly có nhớ người cô quạnh?
Cố gắng vui đùa giữa bọn ta…

*Paris, 19/05/2019*
Trịnh Cơ

## THỀM XUÂN

Sáng dậy, nhìn Xuân đẹp tuyệt vời
Chủ quên, khách nhớ khắp muôn nơi
Năm cùng, tháng tận, từ bao kiếp
Phút đợi, giờ trông, suốt một đời
Bạch tuyết đầu non hoa trắng nở
Hoàng mai cuối biển mộng vàng phơi
Én về chắp cánh cho ta gọi
Này hỡi Đông quân đến đúng thời...

*Hawthorne, Jan 14. 2017*
Cao Mỵ Nhân

## THEO NGÀY THÁNG

Ngày Xuân cố quận thấy xa vời
Thiên hạ vui đùa ở mọi nơi
Nghĩ đến thân ta sao mạt kiếp
Chừng xem phận bạc lại tràn đời
Mùa sang hoa lá đua nhau nở
Tết đến áo quần cố vội phơi
Gởi gió thăm uyên về xóm cũ
Rằng ta tiếp tục ráng theo thời...

*16/01/2019*
Trịnh Cơ

## THOÁNG BÂNG KHUÂNG

Chuông gọi hồn thơ giữa đạo tràng
Sững sờ xuân mới lại vừa sang
Chùa ơi, rực rỡ mười phương Phật
Bạn hỡi, bâng khuâng mấy ngả đàng
Khói tỏa bao la hồn bát ngát
Mây bay lơ lửng ý mênh mang
Màu lam thấp thoáng vương tơ tóc
Một chút mưa xuân cũng rộn ràng.

Cao Mỵ Nhân

## MÙA XUÂN NGẬM NGÙI

Xuân đến năm nay lại trễ tràng
Lòng buồn tủi nghĩ tới giang san
Sơn hà gấm vóc nào tiên cảnh
Đất nước thân yêu khỏi địa đàng
Kẻ yếu không ai lo bảo bọc
Người già chẳng kẻ chịu cưu mang
Sống đời cực khổ đành an phận
Mong một ngày mai cảnh rỡ ràng!

Trịnh Cơ
*Paris, 24/03/2017*

## THƠ CỦA TRĂM NĂM

Mưa thêm mấy buổi làm chi nhỉ?
Ta lỡ trăm năm hẹn một người
Nhìn nước buồn ơi triều sóng cạn
Ngó nhà quên bẵng nụ hồng tươi
Vàng thu chưa tới sao khô lá
Trắng nắng vừa tan đã biếng cười
Thơ viết thay lời tình bất tuyệt
Dấu vào chăn gối đợi mười mươi....

Cao Mỵ Nhân

## TÌNH BUỒN

Thoắt đã bao phen ngợp sóng đời
Tình phai theo mãi bóng xa người
Tưởng chừng mang quả tim khô héo
Như thể ôm màu sắc đậm tươi
Cứ ngỡ đâu đây còn giọng hát
Quên đi thoang thoảng mỗi câu cười
Đêm nằm ôn lại phương trời cũ
Năm ấy năm này quá... sáu mươi!

Trịnh Cơ
*24/03/2017*

*Tranh họa sĩ Đinh Trường Chinh*

## THƠ GỞI ÔNG TUYẾT

Này Ông Tuyết, xin ông đừng vội khóc
Tôi đang buồn vì cách biệt người thân
Anh yêu quý, bây giờ anh đang thức
Hay vùi mình trong ấm cúng gối chăn

Đêm Noel sao nơi đây giá rét
Đợi Chúa về nghe lạnh cóng đất trời
Em đã tới hẹn xưa, anh chưa đến
Bởi anh chờ Ông Tuyết rủ rong chơi

"Don't cry Mr. Snowman" buồn thảm
Khi mong nhìn ánh lửa sáng rỡ ràng
Đường Thánh giá như treo trên núi thẳm
Xe quà bay theo bóng tuyết mơ màng

Chuông tan lễ nửa đêm âm vang lời thánh vịnh
Ông Tuyết lênh đênh trên đá tảng mịt mù
Đêm thánh vô cùng, hồn thơ bất định
Anh chúc em ân sủng Chúa muôn thu...

Cao My Nhân

## ÔNG TUYẾT ĐÂY

Này nhân thế ta vẫn từng ngồi khóc
Bởi lòng buồn luôn trách móc bản thân
Yêu người đời luôn là một thách thức
Muốn cho ai cũng ấm nệm êm chăn

Mùa Giáng Sinh sao lạnh lùng mướt rét
Chúa trên cao đã thông cảm đất trời
Đi nhà thờ người đến người chưa đến
Chẳng lẽ đâu mà ham hố cuộc chơi?

Ta khóc ngất không ngăn dòng lệ thảm
Cho lòng người chưa phân biệt rõ ràng
Ta đâu bỏ trẻ em vùng xa thẳm
Vẫn đem quà tới đủ chẳng muộn màng

Đêm Thánh Vô Cùng nghe lời chúa Vịnh
Ta vẫn đi hoang giữa cảnh sương mù
Khác nhân sinh cuộc đời ta vô định
Ước mộng đời mình giúp ích thiên thu...

Trịnh Cơ
*Paris, 15/12/2019*

## THƠ VIẾT SAU 10:00 PM.

Đêm bắt đầu 10 giờ
Những con chim biển ngủ
Nơi vô cùng mơ hồ
Gió lùa cơn sóng vỡ

Anh đang ở Đan Hồ
Cũng như chim biển ngủ
Đêm đã qua 10 giờ
Em đang ngồi nhung nhớ

Biển tối đen, đầy gió
Sóng đêm dưới ánh trăng
Mặt đại dương rực rỡ
Thương em chuốc mê lầm

Em cũng như chim biển
Cô đơn giữa thế gian
Chim kêu thầm hò hẹn
Nỗi u tình chứa chan

Ánh trăng vờn sóng vỗ
Đêm huyền diệu hoang vu
Đắm say cuộc tình lỡ
Anh thần thoại trong thơ...

*Hawthorne, 11:00 pm, Nov 6 - 2019*
Cao Mỵ Nhân (HNPD)

## ĐÊM VỀ

Đồng hồ gõ 10 giờ
Đêm rồi nhưng chưa ngủ
Nghe tiếng hát ơ hờ
Như tuồng ai tiếng vỡ

Vẫn đang mộng sông hồ
Mơ màng trong giấc ngủ
Tiếng chuông gõ 10 giờ
Sao cứ còn thương nhớ

Trời hôm nay lộng gió
Lung linh dưới bóng trăng
Đại dương buồn quá rộng
Tiếc đời quá lỗi lầm.

Ta vẫn còn yêu biển,
Nguồn vui giữa nhân gian,
Cứ quên lời ước hẹn.
Tình yêu vẫn hòa chan

Rồi nghe luồng tiếng vỗ
Giữa ngọn gió vi vu.
Mênh mang dòng thác lở
Đắm hồn chết vì thơ.

*Paris, 7 Nov. 2019*
Trịnh Cơ

## THU VẪN RẤT THU

Thu có là thu vẫn rất thu
Sao trong ta vướng chút sương mù
Đôi vần thơ, đã tan hồn mực
Mấy cánh lá, vàng thêm sắc tu
Khói ở sa trường quen pháo bạn
Sao rơi địa đạo nhớ " tăng " thù
Thu ư, thì vẫn thu muôn thủa
Chỉ khác thu này biệt chiến khu...

*Hawthorne, 11/3/2019*
Cao Mỵ Nhân

## MÙA THU CÒN ĐÓ...?

Có những mùa Thu mãi nhớ Thu
Thuyền đang xa bến giữa mây mù
Sau lưng đất mẹ phương trời cũ
Trước mặt sông hồ viễn ảnh tu
Từ lúc ra khơi tìm chúng bạn
Đến khi vào biển kiếm quân thù
Ngày về Thu ấy... còn hay mất
Có khác những hồi ở biệt khu?

*Paris, 12 Mars. 2019*
Trịnh Cơ

## THU ĐỢI NGOÀI HIÊN

Đốt trầm từ tạ tuổi xuân xanh
Lãng đãng mùa thu đợi trước mành
Trời đã tô mây vàng cánh hạc
Sương đang thả mộng trắng bờ tranh
Đường sang Tây Trúc mơ hồ khói
Sách ở Tràng An chất ngất thành
Viễn cảm mờ xa tầm mắt vọng
Mỉm cười ngày tháng vụt qua nhanh...

Cao Mỵ Nhân

## ĐÂU MÙA HẠ CŨ....

Thu tới rồi mà lá vẫn xanh?
Vài con bướm trắng lượn qua mành
Đường tơ dìu dặt theo làn khói
Tiếng nhạc mơ hồ quyện mái tranh
Cứ ngỡ trùng dương đang dậy sóng
Chừng như chiến mã bận công thành
Chinh nhân chạnh nhớ sa trường cũ
Nào hiểu đâu rằng Hạ cuốn nhanh...

Trịnh Cơ
*Paris, 24/09/2019*

## TIỄN BIỆT THƠ SAY

*(nhớ về nữ sĩ Hoàng Hương Trang)*

Thôi rồi rượu ngọt trên môi
Đã cay đắng nhấp vãn hồi tử sinh
Còn đâu hồ cạn men tình
Thủa xưa hai chị em mình rong chơi

Tuý ca tận tuyệt hương đời
Bên trong lưu thuỷ có lời từ ly
Một người xa tít mù khi
Một người ở lại nhặt bi sầu đầy

Thôi rồi đông chẳng gặp tây
Chẳng còn giây phút nói ngày là đêm
Đường Tăng Bạt Hổ say mèm
Mai sau khách lữ đi tìm dấu thơ...

*Hawthorne, 17/4/2020*
Cao Mỵ Nhân

## NHỚ AI...

Còn đâu rượu đắng trên môi
Chờ người xa thẳm từ hồi tương sinh
Nhớ khi xưa mới hé tình
Là khi hai đứa đôi mình dạo chơi

Thênh thang trên nẻo đường đời
Nào ai lại nghĩ đến lời biệt ly
Ngại ngùng sao nhớ đến khi
Sụt sùi ngấn lệ lụy bi tràn đầy

Người phương Đông kẻ phương Tây
Nhớ nhau chẳng kể rằng ngày với đêm
Thương ai nâng cánh tay mềm
Mà nay vắng mất, lo tìm ý thơ....

*Paris, 18/04/2020*
Trịnh Cơ

## TÌNH Ủ TƠ HOA

Một chữ tình thôi có thể điên
Đành xem năm tháng ủ cô miên
Bao lâu thì tỉnh cơn mê loạn
Mấy lúc chờ coi giấc mộng hiền
Kẻ vẫn suốt đời cuồng nỗi nhớ
Người chưa cạn tuổi biết ai phiền
Tơ vương tự sự đều hư huyễn
Giữ trái tim lành sẽ mãi yên...

Cao Mỵ Nhân

## NGUỒN THANH THOÁT

Cuộc đời cũng có lúc như điên
Đắm đuối lăn mình trọn giấc miên
Cứ tưởng trần ai toàn thạnh trị
Ngờ đâu nhân thế thiếu ngoan hiền
Lần mơ lần khóc vơi lòng tủi
Khi hận khi yêu khiến dạ phiền
Để đến ngàn sau còn gửi lại
Tâm hồn lãng đãng chốn bình yên.

Trịnh Cơ
*Paris, 03 Nov. 2018*

## TRÁI TIM LỬA

Này chim quí, ta đang đùa với lửa
Ở ngoài đời, không phải mộng riêng tư
Đừng ngó nữa, hãy cùng ta xem thử
Thực hay hư, cuộc tình lỡ mơ hồ

Khi năm tháng không còn ghi bảng cấm
Đường thênh thang đầy bướm lượn, hoa chờ
Xuân sẽ đến bốn mùa đều tươi thắm
Đẹp hồn ta đang bốc cháy hoang sơ

Người không hỏi tại sao ta nồng nhiệt
Hay điên cuồng sương khói phủ không gian
Khi ngọn gió thổi bùng lên tan biến
Những chông gai tê buốt giữa điêu tàn

Dù bóng núi mịt mù che mắt lệ
Không sao vơi khổ lụy, khiến bơ thờ
Nhưng Chim Quí một lần thôi hót khẽ
Ta tặng người nguyên vẹn trái tim thơ...

Cao My Nhân

# VỀ NGHE CÔ ĐƠN

Ta đứng đấy say mê nhìn ngọn lửa
Lạnh tâm hồn, trí óc mãi trầm tư
Thôi quay mặt, không buồn coi chi nữa
Chốn xa xưa, tiếc nuối việc hàm hồ

Chuyện ngày ấy bàn về ăn trái cấm
Ở Thiên Đường cây đẹp, lá nghiêng chờ
Vườn thượng uyển đây toàn hoa sắc thắm
Lưu luyến ta như thuở mới ban sơ

Cõi Thiên Thai sống vui trong cuồng nhiệt
Tiên cảnh này hơn hẳn chốn nhân gian
Cơn gió nhẹ làm nỗi buồn da diết
Quên luôn đi quá khứ đống tro tàn

Nhìn xuống dưới, âm thầm rơi giọt lệ
Lụy trần ai khiến ta phải ơ thờ
Quay trở lại hầu nghe lời kể lể
Tình bay xa, còn lại mấy câu thơ...

Trịnh Cơ
24/01/2019

## TRĂNG SOI TRỐNG LỆNH

Bên kia bóng tối của trăng mơ
Là một bình minh rực sắc cờ
Kim nhũ hoàng kỳ đang vẫy mộng
Bụi vàng phấn bướm phủ đầy thơ
Hoa mai đất cũ còn tươi nở
Xích thố thời nay vẫn mãi chờ
Tiếng trống khai quân dồn dập nổi
Gọi vầng cổ nguyệt sáng doanh cơ...

*Hawthorne, 6/3/2019*
Cao Mỵ Nhân

## MÊ LINH KHỞI NGHIỆP

Ta ở nơi này ngắm bóng mơ
Bên kia hồng rực thắm màu cờ
Hình ai nhắc nhở thời hoa mộng
Sử Việt trang hoàng tuổi ấu thơ
Trống lệnh rền vang tầm pháo nổ
Mê Linh vực dậy ý mong chờ
Vầng trăng lung lạc bài quân tiến
Vọng báo sơn hà đang xuất cơ...

*Paris, le 9 Mars. 2019*
Trịnh Cơ

## TRONG CÕI HƯ KHÔNG

Em ơi, nhốt gió muôn phương lại
Rồi thả lên trời, gọi bão giông
Mới thấy hồn tan câu thế thái
Và nghe đất loạn tiếng anh hùng
Đông tây thiên hạ thôi tung tán
Nam bắc xuân thu hết vẫy vùng
Chiến quốc thời nay ai là kẻ
Mang gươm đi xẻ dọc hư không

Trong cõi hư không cũng giả, chân
Nên em đôi lúc có mê lầm
Tưởng đâu bốc lửa soi kinh ngọc
Khiến mới se lòng lệch ý văn
Quỷ khốc Đông tà, xem bải hoải
Thần sầu Tây độc, ngó phân vân
Chẳng ai đoán được thời lai, để
Đệ nhất danh xưng ở cõi trần...

Cao Mỵ Nhân

# MỘNG ẢO CUỘC ĐỜI

Từng đã chu du ngoài bốn bể
Trên đường gặp bão với mưa giông
Đi tìm cảnh đẹp hồn sông núi
Cố tránh yêu ma chốn hãi hùng
Tiếp nối phiêu lưu lòng thất vọng
Dừng chân đứng lại kiếp khoanh vùng
Đời sao hờ hững như sương gió
Rồi cũng trùng phùng ở cõi không...

Tuồng đời nhận rõ giả hay chân?
Biết được thì ta đã quá lầm
Cứ tưởng yên bình qua tiếng hát
Đâu ngờ nghiệt ngã với lời văn
Tương tư chiều xuống hồn hoang lạnh
Thất vọng ngày về ý tán vân
Trăm ngã đường tình sao ủ dột
Mây bay lãng đãng chốn hồng trần...

Trịnh Cơ
*Paris, 8 Juillet. 2019*

## TRƯỚC BIỂN

Biển sóng tràn lên nỗi nhớ này
Lệ mờ nhân ảnh, khói sương bay
Muôn sau huyễn cảm còn vương vấn
Thủa trước hoang tình mãi đắm say
Lòng ở thảo nguyên nghe gió nổi
Hồn trên đỉnh núi cuốn mây đầy
Bao nhiêu hạnh ngộ đều hư ảo,
Ấp ủ mê cuồng mất dấu tay...

Cao Mỵ Nhân

## TÌNH BAY XA, NGƯỜI THỦY THỦ

Đại dương trước mặt sáng Xuân này
Nhớ cuộc đời rừng thấp lá bay
Hồ hải bao năm lòng quyến luyến
Thăng trầm ngày tháng dạ mê say
Buồn trong câm nín ta hờ hững
Khổ tận tâm tư bạn gợn đầy
Nhìn lại mối tình… thôi đã mất
Đâu ngờ hạnh phúc thoát tầm tay.

Trịnh Cơ
*29/01/2019*

## TRƯỚC MỒ TỬ SĨ

Thấp thoáng chân mây ánh lửa hồng
Mặt trời lừng lững bước lên không
Sương chưa tan nến trên mồ lính
Khói đã tàn nhang giữa mộ chồng
Hỏi nước ngàn năm còn hiện hữu
Hay tình một thủa đã thương vong
Mốt mai thiên hạ quên hồn lạc
Nơi tấm bia hoang lạnh giữa đồng

*Tháng Tư đen, 22/2018*
Cao Mỵ Nhân

## XIN MỘT NIỀM TIN

Hỏi nước còn thương giống Lạc Hồng,
Rồi người ái quốc chọn tin không?
Bao giờ tuổi trẻ yêu đời lính
Lúc ấy xuân nương tuyển lựa chồng
Ước đấng quan trên đừng hách dịch
Mong rằng cán bộ bớt hoài vong
Người ai có chút niềm hy vọng
Giữa nhóm tranh đua diệt bất đồng.

*Paris, 24/04/2018*
Trịnh Cơ

## TRƯỚC THÀNH ĐỌC SÁCH

Thành Liêu hoa nở trắng mùa Xuân
Ta đợi hoàng oanh hót mấy tuần
Thì hóa ra uyên bay gọi bạn
Để cùng nghe quốc triệu hồi quân
Nhạc theo sóng vỗ bao trôi nổi
Thơ dệt tơ vương gió chuyển vần
Xếp sách chờ người bao tuế nguyệt
Nước non âm hưởng đã trầm luân.

Cao Mỵ Nhân

## EM MÃI CHỜ MONG

Chẳng nhớ giã từ đã mấy Xuân
Người đưa thư vắng biết bao tuần
Oai linh khúc hát ngày đưa bạn
Hùng dũng tiếng kèn khi thúc quân
Hiến cả thân trai thời nhiễu loạn
Hy sinh tuổi trẻ cuộc xoay vần
Chỉ còn trông đợi mùa Thu tới
Hy vọng chờ cây lá hoán luân.

Trịnh Cơ

## XUÂN GỌI NẮNG VÀNG

Nắng đã vàng thêm tự lúc nào
Một trời xuân sắc lại xôn xao
Vườn sau cúc muộn tưng bừng nở
Sân trước mai tươi rực rỡ chào
Có phải lan buồn sương thấm lạnh
Hay là trúc đợi gió lên cao
Bao nhiêu năm bước lưu vong nhỉ
Khanh tướng chờ ai tiếp lửa đào.

*Hawthorne, 03/03/2018*
Cao Mỵ Nhân

## HOA BƯỚM NGÀY XƯA

Đâu biết Xuân sang tự thuở nào
Sân ngoài bướm lượn thấy lao xao
Lá hoa trổi dậy như mừng rỡ
Vạn vật đua nhau tựa đón chào
Trời vẫn mang màu Đông giá lạnh
Ta thường dệt mộng ước bay cao
Thầm mong có lúc về quê cũ
Nhớ chuyện ngày xưa cạnh trúc đào.

*Paris, 03/03/2018*
Trịnh Cơ

## BÀI THƠ CUỐI...

Vắng bóng thi đàn tháng tới đây
Hai không mười chín sẽ đong đầy
Bao năm xướng họa thâm tình đó
Mấy độ giao lưu thỏa ý nầy
Kỷ niệm khắc ghi rồi phải nhớ
Cõi lòng dấu kín chắc chưa khuây
Tuổi đà tám bó tìm thư giãn
Giã biệt giang hồ... tớ vẫy tay!

*Paris, ngày cuối năm 2018* Trịnh Cơ

## HẸN VỀ

Bát ngát trời xanh ấm nắng đây
Ngàn hoa rực rỡ tháng năm đầy
Nàng thơ hoan hỉ chào xuân mới
Thi sĩ mừng vui thả mộng nầy
Xướng hoạ bao phen ngôn ngữ đẹp
Thân thương bấy lúc điệu vần khuây
Tri âm một thủa rồi xa cách
Mai mốt tơ vương nhớ nối tay.

*Hawthorne, 6/12/2018*
Cao Mỵ Nhân

## BÊN SÔNG LẠNH

Đông đã tàn mà vẫn lạnh căm
Mưa rơi, tuyết đổ, gió ì ầm
Một vài cơn lốc làm rung chuyển
Mấy đám rừng già nghe xốn xang
Mưa vẫn mưa hoài mưa chẳng dứt
Gió còn gió mãi gió không tan
Đây miền Tây Bắc trời chưa sáng
Trên bến sông chờ chuyến quá giang.

*Seattle, WA.*
Trịnh Cơ

## XUÂN XA XỨ

Trời thì dan díu gió buồn căm
Cứ mỗi vần thơ một tiếng ầm
Tây Bắc tuyết vàng xua lửa cạn
Đông Nam sương trắng kéo mù xan
Xuân chưa thật đến giàn hoa tủi
Tết vẫn còn vương xác pháo tan
Sông núi lưu vong thường ấm lạnh
Làm sao đại hải gọi trường giang...

*Hawthorne, Feb 19. 2018*
Cao Mỵ Nhân

## BIẾT ĐÂU...

Em nói... lâu lâu gặp một lần
Để mà thương mến... lại xa xăm
Nụ hôn vừa dứt rồi ly biệt
Ở cuối chân trời giấc mộng tan.

Em bảo... yêu đi kẻo lỡ làng
Xuân vừa mới đến sợ Hè sang
Chim kêu bướm lượn vui ngoài ngõ
Chỉ có tình ta trót muộn màng.

Đâu biết lần này sẽ gặp nhau
Còn yêu tha thiết tựa ban đầu?
Hay là hờ hững như người lạ
Để lại cho anh cả mối sầu!

*Paris, 31/05/2018*
Trịnh Cơ

## ĐÀNH THÔI

Rồi đây năm tháng có bao lần
Gặp gỡ hay là xa với xăm
Kẻ ở người đi ôi giã biệt
Bởi không hợp được mới đành tan.

Hạnh ngộ khi Xuân trải xóm làng
Từng dây pháo nổ gọi mùa sang
Thôn trên xóm dưới nhà ra ngõ
Chiều nắng như hoa nở mịn màng

Sau đó Xuân phai cách trở nhau
Đắm say thôi ấm bình minh đau
Hoàng hôn cũng nguội theo tình lạ
Tuổi tác đầy thêm mộng mị sầu...

*Hawthorne, 25/03/2020*
Cao Mỵ Nhân

## CÓ AI?

Nói chuyện... tâm tình chẳng có ai
Đêm đêm trằn trọc suốt canh dài
Cũng may quen kiếp đời đơn độc
Sớm tối u buồn cảnh lạt phai

Thôi đành tiếp tục sống như xưa
Chân bước quẹo xiêu chống gậy hờ
Người khác ai sao ta cứ vậy
An bài số phận kẻ ngu ngơ

Nghĩ lại thân mình vẫn thấy đau
Có chăng đâu phải tại cơ cầu
Bởi ta đang sống đời hiu quạnh
Thiếu vắng ai bên cạnh, đỡ sầu.

Trịnh Cơ

## VẪN ÔNG

Thì vẫn ông thôi, nào thấy ai
Than chi cho lủng củng đêm dài
Hôm nao cứ thích đời trai trẻ
Thành chẳng bao giờ nghĩ tóc phai

Giờ thì đầu bạc trắng hơn xưa
Cả chục giai nhân bỗng ngó hờ
Bởi lẽ đa đoan nên khổ luỵ
Đâu còn thanh thản mà làm ngơ

Nếu bỗng như là chạm nỗi đau
Thì thôi quên hết vạn vai cầu
An nhiên tự tại như thiên hạ
Thơ phú thường quên được cảnh sầu...

Cao Mỵ Nhân
*Hawthorne, 10/9/2019*

## ĐÊM XUÂN VŨ TRỤ

Thân em một dải ngân hà
Mắt em lấp lánh sao xa trên trời

Tóc em cuồn cuộn biển khơi
Em đi bước nhẹ thảnh thơi mây ngàn

Tiếng cười thánh thót ngân vang
Đưa tay ngắt quả trăng vàng đêm Xuân....

Trịnh Cơ

## NGHE SÓNG DỘI

Vẫn trên mây gió sơn hà
Mà sao nhắc chuyện đường xa hỡi trời

Một thời nghe sóng dậy khơi
Đã thương tàu chạy nhàn thơi bạt ngàn

Chân tường âm điệu dội vang
Biển xanh mang hết cát vàng tặng xuân...

Cao Mỵ Nhân

# EM VỀ PHỐ NHỎ

*(tặng Chánh Minh)*

Em về bên phố nhỏ
Hãy nhẹ bước đi thôi
Anh theo không kịp thở
Trời sắp sửa mưa rơi...

Thênh thang đường quốc lộ
Sao em không đón xe
Anh khỏi tăng nhịp độ
Cứ yên tâm. Em về!...

Con người anh nhút nhát
Thế này chắc không xong
Nhớ em trong tiềm thức
Đi dưới trời mưa giông

Âm thầm như tiếng gọi
Trong anh đã bao lần
Tưởng chừng em đang nói
Bên tai. Anh ngỡ ngàng

Trời hôm nay hanh nóng
Trên cao áng mây dày
Thiếu em anh thờ thẫn
Biết làm gì mai đây?

Thời gian như co giãn,
Anh đứng lặng bên cầu
Mong quên ngày tháng cũ
Tình xưa vẫn đậm màu.

*02/2003*
Trịnh Cơ

## TRÊN XA LỘ TÌNH YÊU

Tặng anh bài thơ nhỏ
Bởi vì mất ngủ thôi
Hình như quên hơi thở
Một thoáng sầu đang rơi

Hôm xưa trên xa lộ
Chúng mình ý đua xe
Muốn vượt xa tốc độ
Để mau gặp gỡ về

Nhưng anh lại chết nhát
Lững lờ đợi mưa xong
Mưa bao giờ dứt hạt
Cuộc tình đã bão giông

Từ xa xôi gió gọi
Em ngó anh nhiều lần
Sao anh không chịu nói
Sao anh không ngó ngàng

Đường xe hun khói nóng
Trong mưa hạ đan dày
Ôi em càng lẩn thẩn
Sắp chia tay rồi đây

Lòng chùng như thư giãn
Ta sắp sửa qua cầu
Tình chưa mới đã cũ
Xin đừng vội phai màu...

*Hawthorne, 8/3/2020*
Cao Mỵ Nhân

*Tranh họa sĩ Đinh Trường Chinh*

## HÈ NÀY ANH Ở ĐÂU?

Hè này tớ sẽ chẳng đi đâu
Ở lại thương ai gặm mối sầu
Sáng dạo công viên tìm ánh nắng
Đêm ngồi ghế đá ngắm trăng sao
Ngày qua ngày lại ru hồn lỡ
Tiếng hát tiếng cười nhói nỗi đau
Vẫn thấy cô đơn, đời vắng lặng
Thôi đành hụt hẫng, đón mùa sau!

*Paris, 11 Juillet 2019*
Trịnh Cơ

## ĐẾN SAU

Thì hỏi trăng xem thử tới đâu
May ra bạn hết được u sầu
Bởi đang sáng suốt coi chiều nắng
Lại vội mơ màng ngó ánh sao
Trưa ở công viên nghe hẹn lỡ
Tối sang hội quán dỗ lòng đau
Ta bà vấn nạn ai câm lặng
Phải khách thân tình đã đến sau...

*Hawthorne, 15/7/2019*
Cao Mỵ Nhân

## LẠI RA ĐI

Trở về chỉ đỡ nhớ quê xưa
Vẫn tưởng người thân mãi ngóng chờ
Hò hẹn vụng về quên bén mất
Người tình giận dỗi đã làm lơ

Ba ngày vất vả trên giường bệnh
Đi đứng chưa yên mệt thở phờ
Chẳng thể nấu cho mình chén cháo
Đâu còn nghĩ chuyện tứ và thơ

Lại muốn ra đi chốn miệt mài
Giang hồ phiêu bạt chẳng tương lai
Khi vui dừng lại trên đồi vắng
Đến lúc buồn ngồi nhớ khóm mai

Thôi nhé người… xin bớt giận hờn
Ta thường sống một kiếp cô đơn
Đi về lủi thủi cùng năm tháng
Để khỏi so bì tính thiệt hơn.

*Paris, 01/05/2019*
Trịnh Cơ

# CÓ TRỞ VỀ KHÔNG

Cũng chỉ là thương nhớ chốn xưa
Ai đâu tháng hẹn với năm chờ
Trông vời chim quốc bay xa mất
Để khách chung tình phải giả lơ

Nắng đã phai nhiều trên lán bệnh
Chiều hoang càng khiến tóc râu phờ
Còn chi hương lửa hâm nồng cháo
Một chút chân tình lạc cõi thơ

Vàng đã hong thân giữa đá mài
Xuân nào hò hẹn bất trùng lai
Thì thôi gió gọi xa bờ vắng
Bỏ lại dòng sông lạnh sớm mai

Chiu chắt đôi câu dấu tủi hờn
Hành trình thêm một thoáng sầu đơn
Và rồi sẽ hết năm cùng tháng
Có trở về không nửa kiếp hơn...

*Hawthorne, 7/5/2019*
Cao Mỵ Nhân

## LỜI CUỐI

Tôi chết đi... xin chớ phủ cờ
Tan nhà mất nước thuở ngu ngơ
Mười năm quân ngũ không tròn việc
Để phải làm thân kẻ bơ phờ.

Phủ cờ cho kẻ đáng tôn vinh
Ngã gục thân trai, hiến phận mình
Bỏ mạng sa trường cho đất nước
Đã bao cay đắng lúc đăng trình.

Vị quốc vong thân được phủ cờ
Còn người dân sự chỉ đơn sơ
Đã thành tro bụi còn ham hố
Đối với đệ huynh chỉ bóng mờ...

Trịnh Cơ

## VÀNG SẮC NHỚ

Gởi lại thành xưa một bóng cờ
Để rồi quên bẵng, cứ lơ ngơ
Tìm hoài không thấy mầu kim nhũ
Có thể đành sao, dáng phạc phờ

Hay là chiêng trống gọi quang vinh
Một chút bâng khuâng xót chuyện mình
Thủa đó xuân vừa xanh mái tóc
Đã theo đuổi mãi cuộc hành trình

Giã từ trận mạc giữ vuông cờ
Hiu hắt vàng hong nắng nhuộm tơ
Bạn hỏi buồn thương xa đất tổ
Chứa chan tình nghĩa chẳng phai mờ...

Cao Mỵ Nhân
*Hawthorne, 15/4/2020*

## LỤC BÁT MÙA ĐÔNG

Gió đang trở lạnh, trời Âu
*"Em buồn tôi có vui đâu bao giờ"*
Viết ra đây mấy vần thơ
Cũng chưa đủ bớt ngẩn ngơ tấc lòng

Giữa cơn rét mướt mùa Đông
Nghe nàng kể lể bên song ngậm ngùi
Đôi ta cách biệt phương trời
Thôi đành lỡ hẹn với người tình xa…

*Paris, 08 Dec. 2019*
Trịnh Cơ

## TUYẾT GIÁ ĐẦU ĐÔNG

Chiều nay vắng bóng hải âu
Nhìn ra biển, hỏi tầu đâu trễ giờ
Phải người còn mải làm thơ
Nên quên bạn đợi đang ngơ ngác lòng

Bởi vì tuyết giá đầu đông
Cánh chim thả nhạc qua song bùi ngùi
Từ đi riêng một khung trời
Mây như phủ kín vai người về xa...

*Hawthorne, 12/12/2019*
Cao Mỵ Nhân

## MÙA XUÂN CÒN LẠNH

Trời lạnh Đông tàn cứ dẳng dai
Ôi! Sao năm tháng tựa đường dài
Cô đơn sống mảnh đời sương gió
Trống vắng quanh mình chẳng bóng ai.

Gác vắng Xuân về nghe hắt hiu
Ngoài kia mưa hạt nhỏ tiêu điều
Rớt rơi trên mái nhà cô quạnh
Nhỏ xuống trên nền cỏ phẳng phiu

Ai biết đời mình sẽ tới đâu
Ngày đi chưa cạn bớt cơn sầu
Đêm về ray rứt niềm u uẩn
Thế sự thăng trầm nén khổ đau.

Trịnh Cơ

## ĐÃ ẤM MẦU XUÂN

Tưởng là Đông giữ mối sầu dai
Thực sự nguồn vui đã đổ dài
Trên mỗi quạnh hiu đầy sóng gió
Trường đình rực rỡ bóng hình ai

Một nửa trăm năm nửa quạnh hiu
Xuân nay nắng chiếu tựa khăn điều
Phủ lên tất cả màu hoang dại
Trải thảm mời nhau thả bước "phiu"

Thôi nhé từ đi xa đến đâu
Đôi chim chung tiếng hót chia sầu
Chẳng còn lẻ bóng soi sông vắng
Mây nước bên trời cạn nỗi đau ....

Cao Mỵ Nhân
*Hawthorne, 25/03/2020*

## NHỚ MỘT MÙA HÈ

Kiếp trước ta nào có hẹn nhau
Ngày nay mình lại ngẩn ngơ sầu
Cho là như đã từng yêu mến
Để phải âm thầm nén lệ đau.

Hè đến, trời hồng, gió thoảng mau
Về đây tìm kỷ niệm năm nào
Sông xưa bến vắng con đò nhỏ
Rặng liễu mơ hồ nhánh trĩu sâu.

Em nhớ ngày nào dưới đám rau
Quê hương êm ái nắng lên màu
Hương thơm ngào ngạt mùi nồng ấm
Gặp gỡ tình Hè chắc đã lâu.

*Paris, 04 Juillet. 2018*
Trịnh Cơ

## SẮC HẠ

Buồn quá vì chưng cách biệt nhau
Hôm xưa cười nụ, nay vương sầu
Hè ơi, mầu tím đầy sân phượng
Thơ khổ vì hoa nhuốm sắc đau

Ba tháng thôi mà vẫn thấy mau
Người đi ai biết tới phương nào
Để ta ngó mãi bờ hiu quạnh
Lau trắng thay lời tiễn lắng sâu

Vườn hạ thường ươm nắng biếc rau
Chén canh mâm đợi mướt xanh màu
Mưa chưa kịp tới, cơ hồ nóng
Mới hẹn mà nghe thoáng tưởng lâu...

*Hawthone, 6/7/2018*
Cao Mỵ Nhân

# NƯỚC MẮT NGÀY TAO NGỘ

"Băm bảy năm rồi…, anh nhớ không?
Gặp nhau em thổn thức trong lòng
Tình xưa chôn dấu bờ hiu quạnh
Bỗng cháy hoa lên ánh lửa hồng"

Anh mãi đi theo nghiệp hải hồ
Đêm buồn thơ thẩn dưới trăng mơ
Để nghe em tủi thầm trong gió
Và để riêng anh luống thẫn thờ

Kể từ em lỡ bước sang ngang
Tình huống đưa anh trót phụ phàng
Kẻ ở bên trời, người viễn xứ
Giờ đây ấm lạnh thoát dâng tràn

Lệ đã tuôn đầy khóe mắt em
Ngoài kia vạt nắng chợt qua thềm
Sương đêm nhè nhẹ buồn giăng mắc
Phủ xuống ân tình trong dịu êm.

*Washington D.C. 04/2002*
Trịnh Cơ

## TÁI NGỘ BÊN TRỜI

Thế mà nửa kiếp, có buồn không
Anh vẫn lênh đênh giữa cõi lòng
Vẫn vạch sông hồ đi biển cả
Để em riêng một cõi mây hồng

Thuyền đi ra biển thoả sông hồ
Em trở về ôm gối mộng mơ
Hỏi nước non nào chờ mãi được
Tình ơi, chung thuỷ cũng bơ thờ

Mây sầu viễn xứ thoáng bay ngang
Tiếng pháo giao xuân thật phũ phàng
Anh có dừng chân nghe Tết lạ
Bên em phụ bạc bỗng lan tràn

Vậy thôi tái ngộ ngác ngơ em
Một thoáng bâng khuâng trống vắng thềm
Cách biệt đời này bao huyễn cảm
Ngàn năm tơ rối, tóc vương êm...

*Hawthorne, 25/3/2020*
Cao Mỵ Nhân

## RU EM

Em ơi, hãy ngủ cho ngon
Cho mây ghen tức, gió hờn, hoa nhăn
Đêm về dưới ánh trăng tan
Sương khuya lành lạnh dâng tràn nỗi mong

Xin em tiếp tục giấc nồng
Anh đem chăn ấm đắp chồng thân em
Trăng vừa tỏ, gió vừa lên
Thương người cô phụ chưa quên tình sầu...

*Paris, 20/03/2018*
Trịnh Cơ

## GỌI THANH XUÂN

Anh mơ một giấc ngủ ngon
Để thôi buồn giận, tủi hờn, nhó nhăn
Thì dồn pháo nổ cho tan
Gọi thanh xuân tới thả tràn ước mong

Nắng say tình nghĩa mặn nồng
Giữ nguyên mộng mị chất chồng cho em
Ngập ngừng khói cuộn thơ lên
Cánh mây rực rỡ sẽ quên muộn sầu...

*Hawthorne, Mar 20/2018*
Cao Mỵ Nhân

## TA CHỈ CÒN THƠ

Thôi thế từ nay chắc lắm rồi
Người mình yêu mến chỉ mơ thôi
Bao năm đợi mãi ngày sum họp
Thật tế phơi ra... thấy chán đời!

Thương ai từ nắng sớm mưa chiều
Gối mộng luôn kề ôm chắt chiu
Vẫn tưởng trăm năm cùng kết hợp
Đâu ngờ hụt hẫng phận cô liêu.

Ta đà lấy lại nghĩa tồn sinh
Giông tố trôi qua cướp bóng hình
Cứ ngỡ tình yêu là thiết thực
Để rồi tiếp tục kiếp điêu linh!

Xem người chung thủy có nàng Thơ
Em vẫn yêu ta tự thuở giờ
Vần trắc, vần bằng đều tuyệt hảo
Câu đầu câu cuối, khiến say mơ

Thôi nhé, yêu đương chuyện hững hờ
Không còn non dại giống thời xưa
Cuộc tình lãng mạn đà heo hút
Để lại trong tim kỷ niệm mờ…

*Paris, 15/07/2019*
Trịnh Cơ

## SẮC THƠ PHAI

Van xin tình cảm khổ tâm rồi
Thơ phú làm chi nản quá thôi
Nếu muốn yêu em thì phải lựa
Đừng vơ vào vụn vặt lên đời

Yến oanh ríu rít hót nuông chiều
Tha thiết bao nhiêu để chắt chiu
Tiếng ngọc hay là tan lệ đá
Nhạc vàng rớt xuống vạt hoang liêu

Ngũ hồ tam đảo chuyện nhân sinh
Có nghĩa gì đâu ảnh với hình
Chân giả thực hư nào huyễn hoặc
Một lần lầm lạc mãi phiêu linh

Đừng tin chéo áo của nàng Thơ
Dấu diếm âm ba thủa đó giờ
Cứ tán tụng lời mê đắm trận
Để rồi tan biến cả trời mơ

Người tình lãng đãng đã ơ hờ
Vừa mới lân la nhớ chốn xưa
Cứ muốn mơ màng câu hạnh ngộ
Thì thơ hay mộng cũng phai mờ...

*Hawthorne, 27/7/2019*
Cao Mỵ Nhân

## TÀN ĐÔNG

Không biết từ đâu cảm thấy buồn
Phải rằng đang giữa trận mưa tuôn
Đàn chim rét mướt bay về tổ
Con suối chênh chao nhớ lại nguồn
Đây Tiếng Dương Cầm(1) âm điệu vẳng
Kìa Hoa Trinh Nữ(2) giấc mơ vương
Ngoài kia sắc trắng còn rơi rải
Lớp tuyết Đông tàn nhẹ tựa sương.

Trịnh Cơ

*(1) Văn Phụng*
*(2) Trần Thiện Thanh*

## PARIS BUỒN

Paris lãng mạn hoá nên buồn
Mùa đã tan rồi tuyết lệ tuôn
Chim én mừng xuân tươi sắc cội
Tao nhân đón khách lộng thơ nguồn
Hôm qua vừa mới đàn tha thiết
Buổi trước còn nghe hát vấn vương
Một chắc ra vô thành nhuốm vẻ
Cô đơn đôi chút dưới trời sương...

Cao My Nhân
*Hawthorne, 22/3/2020*

## TRÊN ĐƯỜNG LỮ THỨ

*(Tặng Chánh Minh)*

Một bóng cô đơn ngày tháng dài
Ôm niềm tâm sự ngỏ cùng ai
Tâm tư sầu muộn buồn xa vắng
Hạnh phúc vui nhiều thoáng nhạt phai
Ai kiếp phong trần chưa mỏi gối
Ta đời lưu lạc đã nghiêng vai
Dừng chân cô quạnh lòng se thắt
Mơ ước mà chi mộng các đài.

*03/2003*
Trịnh Cơ

## SẦU QUYÊN

Bâng khuâng bước lạc trên đường dài
Mới biết rằng ta cũng xót ai
Ngày hạ đôi khi buồn khắc khoải
Hồn xuân có lúc tưởng tàn phai
Từ đi khói trắng se nghiêng tóc
Giờ tới tình thơ đã lệch vai
Đỗ Vũ miên man lời phục quốc
Cho quyên xưa dệt mộng trang đài.

*Hawthorne, 4/6/2017*
Cao Mỵ Nhân

## TRỞ VỀ...

Lạc lối phong trần mấy tháng qua
Hôm nay quay gót trở về nhà
Sân sau vườn trước còn êm ả
Gác vắng thềm buồn vẫn thiết tha
Lối cũ đường quen lời ước hẹn
Sông xưa gió nhẹ bóng trăng ngà
Sầu lên mái lá niềm hiu quạnh
Mặc khách cô phòng ta với ta!

*Paris, 03/03/2019*
Trịnh Cơ

## DẶM VỀ

Sáu mươi ngày diện bích trôi qua
Đã đủ thời gian trở lại nhà
Cổng trước, ngõ sau, then vẫn mở
Vườn xưa, cảnh cũ, gió vương tha
Hai bên hàng xóm trao thơ mới
Một cõi riêng tư gỡ lược ngà
Tri kỷ bốn phương cùng đón đợi
Xướng hoà vần điệu bạn cùng ta...

*Hawthorne, 3/3/2019*
Cao Mỵ Nhân

## VỀ GIỮA MÙA ĐÔNG

Anh về đang giữa mùa Đông lạnh
Buốt giá từ ngoài cho đến trong
Phố cũ nhà xưa sao vắng lặng
Mưa tro tuyết trắng khiến nao lòng
Đang tìm hơi ủ từ muôn lối
Vẫn thấy cô đơn suốt cả phòng
Trời ạ, khi nào cho nắng chói,
Để lòng người sưởi ấm hay không?

*Paris*
Trịnh Cơ

## ĐÃ LÀ XUÂN

Ra giêng còn chút lạnh mùa đông
Tưởng ở chân mây, hoá cửa trong
Một mảnh xuân vơi, nhung nhớ bạn
Trăm lần tình lỡ, xót xa lòng
Thầm thương cánh én đang về tổ
Ngại gặp vầng ô lạc chiếu phòng
Hồn cứ lênh đênh nghe buốt giá
Vần thơ tức hoạ, có nên không...

*Hawthorne, 26/2/2018*
Cao Mỵ Nhân

## VIỄN KHƠI

Mãi theo giấc mộng hải hồ
Yêu em anh vẫn nhớ bờ thùy dương

Anh là người của muôn phương
Nghìn năm thuyền vẫn còn thương biển buồn.

Trịnh Cơ

## BẾN LONG HỒ

Từ phen rời bến Long Hồ
Nâng niu kỷ niệm trên bờ trùng dương

Một đi, mười nhớ trăm phương
Ngàn câu thơ gởi muôn thương cảm buồn...

Cao Mỵ Nhân

# XA VẮNG...

Giot buồn rải suốt canh thâu
Nửa đêm thức giấc mối sầu miên man
Nhớ ai ở chốn mây ngàn
Phong sương gió cát giữa đàng quạnh hiu

Người ơi... còn nhớ một chiều
Tiễn đưa... nước mắt hoen nhiều bờ mi
Tạ từ... cất bước ra đi
Bỏ ta ở lại sầu bi một đời

Xuân về hoa lá tốt tươi
Nhưng lòng mãi nhớ tới người xa xăm
Hè qua Thu lại bao lần
Đông về tuyết trắng, lạnh căm rã rời

Trong lòng giá buốt tả tơi
Vẫn còn luyến nhớ người nơi ngàn trùng.

*Paris, 09 Juil. 2017*
Trịnh Cơ

## VƯƠNG SẦU

Vẫn ngày dài, vẫn đêm thâu
Vẫn em trong nỗi u sầu mê man
Vẫn đêm sương phủ khói ngàn
Vẫn ngày lỡ dở đôi đàng quạnh hiu

Rồi đây hoang vắng mai chiều
Mưa rơi hay lệ đẫm nhiều riềm mi
Vẫn kẻ ở, nhớ người đi
Hồi chuông thiên cổ từ bi cuối đời

Ô hay, lá thắm xuân tươi
Vẫn sau tam bảo có người đoán xăm
Rằng quên hò hẹn lữa lần
Bên trời giá rét buốt căm không rời

Đò lòng sóng dội mành tơi
Lung linh lệ nến vẫn nơi muôn trùng...

*Hawthorne, 29/3/2020*
Cao Mỵ Nhân

## BỐN MÙA

*(Cảm tác từ bài thơ cùng tên của Tuệ Sỹ)*

Anh hỏi em rằng Xuân ở đâu?
Hiên ngoài vạt nắng đã lên cao
Bướm hoa đùa giỡn bên vườn ấm
Hạnh phúc vươn lên tự kiếp nào

Anh hỏi em rằng Hạ ở đâu?
Đêm trời tháng bảy vợ chồng Ngâu
Ôm nhau ngấn lệ mà thao thức
Hối tiếc bao nhiêu kỷ niệm đầu

Anh hỏi em rằng Thu ở đâu?
Lá vàng rơi nhẹ gió lao xao
Sương thu buồn thắm niềm cô quạnh
Khói biếc huyền mơ mang máng sầu

Anh hỏi em rằng Đông ở đâu
Tháng ngày lạnh lẽo khác chi nhau
Hàng cây trơ trọi đầy sương trắng
Em tiếc tình ta đã nhạt màu

Sạo biết em là ai, hở anh?
Hỏi chi làm vướng bận ân tình
Đất trời có nghĩa, hay vô nghĩa
Là nghĩa hư không... gió lướt mành

Anh đến bao ngày anh lại đi
Yêu chàng chỉ chuốc sự ngu si
Em nhìn, em dõi anh đôi mắt
Anh muốn lòng em mộng ước gì?

Trịnh Cơ

# BƯỚC CHÂN CHIỀU THU

Thơ thẩn dưới chân cầu
Nhẹ nhàng đếm lá thu
Mộng mơ làn khói biếc
Nhung nhớ thuở ban đầu.

Non nước màu hư ảo
Gió mây cánh hải âu
Khói sương chìm kỷ niệm
Lâng lâng gợn nỗi sầu

Trịnh Cơ

## CẦU VỒNG

*(Tặng Quách Như Nguyệt)*

Trên cao rực rỡ ánh cầu vồng
Em ngước nhìn mà lại ngóng trông
Về hướng xa xăm, miền diệu vợi
Có người mến mộ, với hương lòng

Em thường du ngoạn ở phương xa
Có phút nào không để nhớ nhà?
Phố cũ vườn xưa sao lạnh vắng
Bởi vì hơi thiếu người đi qua!

Lẽ tất nhiên rồi... anh nhớ em
Ở đây Đông giá tuyết đầy thềm
Mưa rơi lất phất hồn thêm lạnh
Một nỗi buồn thầm cơn gió êm.

Em cứ đi thêm để biết nhiều
Trên đường dong ruổi, bước phiêu lưu
Thế nhưng đừng gặp tình yêu mới
Anh khỏi hận lòng trong hắt hiu!

*Paris, 28/02/2018*
Trịnh Cơ

# GIẤC MƠ TIÊN

Đêm qua chớp mắt mơ màng
Màn lay, hương tỏa và nàng bên ta
Mày ngài, mắt phượng kiêu sa
Nhìn người tưởng gặp đã là ngàn năm
Tóc nghiêng, che mặt trăng rằm
Tiếng oanh quyện ngát hương trầm gần xa
Nàng rằng đời vốn phong ba
Và anh hùng vẫn thường là trầm luân
Nắng mưa sau cuộc chuyển vần
Rồng mây nhập hội, phong vân đến ngày
Tương phùng, ta gặp hôm nay
Nhưng duyên tiền định xum vầy từ xưa
Chỉ vì hôm ấy trời mưa
Thiếp bưng chén ngọc đường trưa trở về
Lỡ tay rơi vỡ chén thề
Trời đày thiếp xuống bến mê, dương trần

Đày chàng dâu biển trầm luân
Sông Tương một dải muôn phần xa xăm
Đến nay đã mấy ngàn năm
Ngân Hà, Ô Thước vẫn chăm bắc cầu
Động lòng, thương cuộc tình Ngâu
Thuyền trăng trời thả hai đầu sông Tương
Ngọc trời, Trời vẫn tiếc thương
Nhưng Trời tha tội trên đường đánh rơi
Ngàn năm ngăn cách qua rồi
Nay vui xum họp xin mời rượu tiên!
Chập chờn trong giấc thụy miên
Bên tai mà tưởng từ miền xa xôi
Đưa tay đỡ chén rượu mời
Mắt vui với mắt môi cười cùng môi

Bỗng cơn gió hú bên đồi
Giật mình tỉnh mộng, mộng trôi về ngàn
Giấc mơ tiên bỏ trần gian
Làm ta thế tục mơ màng người tiên.

Trịnh Cơ

# ĐIỆU BUỒN NĂM CŨ

Em đã đi rồi bao tháng năm
Còn đâu ước hẹn dưới trăng rằm
Hương xưa phảng phất màu trinh nữ
Chợt gió Đông về nhớ cố nhân.

Thân anh vất vả mà xem thường
Suốt nửa đời từng trải gió sương
Trả nợ áo cơm ngoài chiến tuyến
Gót giang hồ khắp chốn quê hương.

Ai biết bây giờ em ở đâu?
Đôi bờ cách trở đại dương sâu
Cứ thầm mong mỏi ngày tao ngộ
Kể hết nhau nghe những mối sầu.

Đời anh tẻ nhạt với điêu tàn
Như điệu buồn không tiếng thở than
Một bóng trên đường riêng một cõi
Âm thầm lặng lẽ kiếp đi hoang.

*Paris*
Trịnh Cơ

## MÙA THU MONG CHỜ

Trời lành lạnh tưởng đã sang Đông
Thiếu phụ cô đơn chạnh nhớ chồng
Anh mãi xông pha nơi trận tuyến
Em còn chờ ngóng tại đồi thông
Chiến chinh héo hắt lòng cô phụ
Hạnh phúc tiêu tan... cõi mịt mùng
Nhìn lá vàng rơi... em cứ hỏi
Rằng mùa Thu tới, bậu về không?

*Paris, 29/11/2011*
Trịnh Cơ

# NGÀY VỀ THỦY THỦ

Để nhớ một thời sống... Viễn Khơi
Làm sao quên được cả nguồn đời
Tình yêu biển cả... hồn lai láng
Có những đêm buồn thương nhớ ơi!

Hải đạo* đưa ta đến chốn nào
Thuyền về giữa Hạ dưới trời cao
Nhìn lên bờ cảng lòng xao xuyến
Theo bóng hải đăng dạ rạt rào

Mấy tháng trùng khơi lạc lối về
Nơi nào có kẻ nhớ nhau ghê
Anh đi hồ hải tình quên lãng
Để lại cho ai cảnh não nề...

Hải đăng sừng sững chốn duyên thềm
Hướng dẫn thuyền đi tới khắp miền
Quân cảng còn đây vài hải lý
Trở về trong giấc ngủ cô miên...

*Paris, 15/05/2019*
Trịnh Cơ

**Hải đạo: đường tàu đi vẽ trên bản đồ hàng hải*

*Tranh họa sĩ Đinh Trường Chinh*

# PHỤ LỤC

## Cảm Nghĩ Về
## Tuyển Tập THƠ XƯỚNG HỌA
## của Cao Mỵ Nhân và Trịnh Cơ

*Lý Đức Quỳnh*

Mấy hôm nay khi có thời gian rỗi, Quỳnh nhẩn nha ngồi đọc một vài bài thơ xướng, họa trong Tuyển Tập THƠ XƯỚNG HỌA Cao Mỵ Nhân và Trịnh Cơ. Tặng phẩm của chị Mỵ và anh Trịnh Cơ ưu ái, Quỳnh đã nhận được.

Tuyển Tập dày 207 trang, có 188 bài thơ xướng lẫn họa. Phần đầu chị Cao Mỵ Nhân xướng, anh Trịnh Cơ họa. Phần sau anh Trịnh Cơ xướng, chị Cao Mỵ Nhân họa. Đã là Tập thơ Tuyển chọn, nên mỗi bài có cái hay riêng. Sự thú vị tươi mới đến trong những bài thơ chưa biết, chen lẫn với niềm vui "gặp lại cố nhân" là những bài đã cùng quý Anh Chị xướng họa trên trang Lãng Phong.

Có rất nhiều định nghĩa về thơ. Nhưng Quỳnh thích cách nói giản đơn, thơ là nghệ thuật sử dụng ngôn từ để vẽ tranh, viết nhạc. Quý Cụ trong thơ Đường cũng bảo "Thi trung hữu họa, thi trung hữu nhạc." Một bài thơ hay là bài thơ có những hình ảnh đẹp, có những giai điệu đẹp. Bài thơ không chỉ thăng hoa về mặt cảm xúc, nó còn thể hiện về mặt tư tưởng. Vậy có thể mở rộng, một bài thơ hay chứa cả những ý tưởng đẹp. Dù quy chiếu theo hệ thẩm mỹ nào, bài thơ hay luôn nội hàm nhiều cái đẹp: Hình ảnh đẹp, giai điệu đẹp, ý tưởng đẹp. Tất nhiên, muốn có được cái đẹp ấy, nghệ thuật sử dụng ngôn từ phải thật khéo léo, nhuần nhuyễn, điêu luyện.

Sau Lời Giới Thiệu của nhị vị Lê Hân-Nguyễn Thành, Quỳnh đọc đến bài thứ tư, Buổi Nắng Tà của chị Cao Mỵ Nhân, ấn tượng ở cặp kết:

*Không yêu thì chớ vui hò hẹn*
*Mà khổ tâm thêm lúc nắng tà...*

Quỳnh xin mượn 2 câu kết của Buổi Nắng Tà làm Thông Điệp, làm nhịp cầu để mời quý Anh Chị đi vào vườn thơ tham quan và thưởng lãm vài đóa hoa lung linh mà Quỳnh bắt gặp trong vườn hoa rực rỡ, ngạt ngào hương sắc.

Mọi sự gặp gỡ trong cuộc đời này đâu phải là ngẫu nhiên, đều có nhân duyên của nó. Muốn tiếp tục gặp gỡ ta lại phải hẹn hò. Niềm vui được nuôi dưỡng, được chan hòa. Như nhạc sĩ Trịnh Công Sơn "Sống trong đời sống cần có một tấm lòng". Nếu không yêu, cố níu kéo hò hẹn để tìm niềm vui tạm bợ. Sự bất trắc đã tiềm ẩn ở đó, như một câu thơ, hình như của K. Gibran, "Dưới đáy ly hoan lạc đã chứa ngầm men chua chát". Xưa nay vẫn thế, hạnh phúc lớn đến từ tình yêu. Chỉ có tình yêu mới giúp cho con người có đủ sức mạnh vượt qua phong ba bão táp. Nhưng, "Không yêu thì chớ vui hò hẹn", là một minh định, một lời xác quyết trước khi cùng nhau đi chung trong một con thuyền, trên một hành trình. Nếu, không yêu, mà dây dưa với nhau tìm vui một thoáng nhất thời, chắc chắn, rồi phải chịu đựng suốt nỗi khổ tâm lúc nắng tà. Lúc Nắng Tà… có thể chỉ một ngày, chỉ một mùa, cũng có thể cả một đời. Chúng ta là những con người của trần gian, ở trong thế giới hiện tượng, mọi sự đều vận động theo tiến trình nhân quả. Vui và khổ hình thành theo các điều kiện mà chúng ta sở hữu. Chỉ với tình yêu đích thực mới làm nên hạnh phúc bền lâu. Cặp kết trong bài họa Không Đoạn Kết của anh Trịnh Cơ:

*Thì thôi, nên thế đừng mơ tưởng*
*Để khỏi buồn khi nắng xế tà…*

Ở cặp kết trong bài xướng của chị Cao My Nhân đượm chất "Đời", ở cặp kết trong bài họa của anh Trịnh Cơ lại có vị "Đạo". Đã trải nghiệm lắm cay đắng tình đời rồi, trách cũng chẳng biết trách ai. Trách người cũng không nỡ, hoàn cảnh éo le run rủi xưa nay cũng không hiếm. Họ đâu muốn vậy, nhưng rồi đành chấp nhận vậy, chỉ mong được cảm thông và tha thứ. Cho nên anh Trịnh Cơ lẳng lặng tự nhắc nhở mình "Thì thôi,…đừng mơ tưởng". Đời đâu có được như mơ, càng mơ tưởng nhiều càng thất vọng nhiều. Nỗi đau đến với lòng mình đâu có dễ dàng mờ phai, đâu có chóng vánh mất đi, nó lắng sâu và tích lũy theo thời gian. Lúc

Nắng Xế Tà...ngồi hồi tưởng, nỗi buồn đau như vết loét không thể liền da, âm ỉ nhói tận đáy lòng.

Quỳnh thinh lặng bước lang thang, lúc nhanh lúc chậm, chỉ dừng lại nơi nào bất chợt thấy một bông hoa lạ. Lòng tự nhủ, sẽ trở lại khi rỗi, để ngắm nhìn kỹ hơn.

Nửa Giấc, có bao giờ là trọn vẹn. Một nửa đã trôi vào quá khứ, chập chờn trong ký ức, chỉ còn là cơn mộng huyễn. "Nửa giấc công danh vào huyễn mộng". Nửa còn lại là hiện tại và tương lai. Một mình ngồi đối diện với sự câm lặng và trống trải. Thời gian không còn là người bạn đồng hành để cùng ta đi đến chân trời rộng mở, tươi mới. Thời gian đã hiện thể để trở thành đối tượng nhận thức. Hàm chứa cả hy vọng lẫn tuyệt vọng. Niềm tin đã xa vời, đồng nghĩa hy vọng cũng quá mong manh.

Trong bài xướng Nửa Giấc của chị Cao My Nhân có cặp thực:

*Năm hết chưa hay ngày đã đủ*
*Tuổi vừa cạn hoặc tháng chưa sang.*

Như những câu hỏi ném thẳng vào thời gian. Ném vào bờ vực hữu hạn. Ném vào dòng chảy vô chung. Hỏi, nhưng thực ra đang tự trả lời. Những thắc mắc siêu hình như thế, mọi người ít nhiều cũng đã từng tự tra vấn. Ai cũng có lúc phải nhận lấy những đợt sóng lòng xô đẩy.

Nhưng cái độc đáo ở 2 câu này là nghệ thuật làm xiếc bằng ngôn từ. Khi "ngày đã đủ" có nghĩa là đã hết một năm để bước sang năm khác, theo sự diễn tiến của dòng thời gian bất tận. Cái cũ khép lại, đồng thời mở ra cái mới. Hy vọng vẫn tồn sinh. Nhưng, "Năm hết chưa?" lại là câu hỏi thảng thốt bàng hoàng xoáy vào tâm thức, vào nỗi đau, vào tuyệt vọng. Cánh cửa niềm tin đã đóng. Hết, không còn gì nữa rồi. Bi đát thật!

Khi "tháng chưa sang", thì tuổi vừa cạn cũng chỉ là sự bế tắc tạm thời. Ngày tàn tháng lụn, nhưng dòng thời gian thì không bao giờ cạn. Dòng tuổi lại được hanh thông.

Cuộc sống là vậy, cảnh ngộ mỗi người một khác, nhưng trong cách thế tồn sinh luôn có những bước đi thích hợp, nhờ vào tâm trí ta có khả năng điều chỉnh hành vi và thái độ ứng xử linh hoạt. Nhạc sĩ Trịnh Công Sơn cũng tự trấn an mình "Tôi ơi, đừng tuyệt vọng!".

Anh Trịnh Cơ có bài họa rất tinh tế, khi xử lý câu chữ vừa đảm bảo được bộ vận bài xướng, vừa diễn bày được ý tứ của một bài thơ với nhân sinh quan người từng trải. Mở đầu cũng như mọi người, sống là phải có ước mơ. Khi hiện thực cuộc sống bất xứng ý, mơ là cách thế để thoát ly những tồi tệ đang mắc phải. "Ở đây quả đất sao tồi tệ". Nhưng, mơ cũng chỉ để mà mơ. Ta mãi mê đắm trong mộng ảo, tình cảnh vẫn trơ lì như cũ. Sao ta không thay đổi cách nghĩ, cách tiếp cận cuộc sống thực tiễn hơn. Tỉnh Mộng là bài họa của anh Trịnh Cơ. Có cặp kết thật đắt giá:

*Ta leo gần đến miền thơ mộng*
*Sực tỉnh... bên ngoài, tiếng hét vang!*

Trong mơ bao giờ cũng đẹp. Đẹp như Thơ và Mộng. "Ta leo gần đến...". Vâng, xưa nay chưa nghe ai đã leo tới. Chỉ có Thiên Đàng với trí tưởng tượng thì tha hồ bay nhảy.

"Sực tỉnh... bên ngoài, tiếng hét vang!". Ở đây chúng ta bắt gặp cái mà người xưa gọi "ý tại ngôn ngoại". Khi leo gần đến, lòng mừng vui náo nức, mong chóng tới nơi, cú nhảy vọt đã hỏng cẳng vụt rơi trở lại trần gian. Trèo cao thì té đau. Sực tỉnh là trở lại tâm bình trí sáng, lắng nghe cuộc sống quanh ta, nghe từng âm vang trong mối tương quan với hiện thực. Mọi người chỉ thụ hưởng hạnh phúc khi họ đang sống. Sống là sống ở đây trong giây phút này. Sống là sống với, trong một bối cảnh cụ thể. Độc hành giữa trần gian vẫn có niềm vui và vẻ đẹp của nó. Độc hành trong mơ ta còn lại gì, khi chưa biến nó thành bài học giác ngộ cho đời ta.

Quỳnh rất muốn có thêm vài bài cảm nhận nữa, với vai trò của một người có cơ may sớm được đọc Tuyển Tập Thơ. Lòng thì vậy, nhưng sức e khó đi xa hơn.

Tiếp tục kính mời quý Anh Chị cùng Quỳnh đọc vài câu thơ hay trong 2 bài xướng của anh Trịnh Cơ và 2 bài họa của chị Cao Mỵ Nhân. Trong bài Bên Sông Lạnh của anh Trịnh Cơ có 4 câu sau (luận & kết):

*Mưa vẫn mưa hoài mưa chẳng dứt*
*Gió còn gió mãi gió không tan*

*Đây miền Tây Bắc trời chưa sáng*
*Trên bến sông chờ chuyến quá giang.*

(Bên Sông Lạnh, TC)

Điều đầu tiên rất dễ nhận ra, anh Trịnh Cơ dùng kiểu Liên Miên Đối để dẫn chúng ta vào trong "bát quái trận đồ", chính bản thân anh TC chưa tìm ra lối thoát. Ai cũng cảm được cái nghịch cảnh đang kéo dài lê thê, dằng dai vượt quá sức chịu đựng của con người. "Mưa chẳng dứt" và "gió không tan", bầu trời u ám vây bủa bóng cô lẻ bên sông. "Đây miền Tây Bắc trời chưa sáng". Một nơi chốn, một địa danh được xác định cụ thể. Thực, rất thực. Và, suy luận bắc cầu, con người với cảnh ngộ bi đát không phải là sản phẩm hư cấu. "Trời chưa sáng", không phải đang ở trong đêm, nếu ở trong đêm thì ngày nhất định phải tới. "Trời chưa sáng" là đang ở trong ngày, trong tháng, trong năm… triền miên mưa gió khuất lấp cả ánh mặt trời. Mù mịt đến ngợp lòng!

"Trên bến sông chờ chuyến quá giang". Tuy gọi là "bến", nhưng cũng chỉ là lối mòn với vạt cỏ úa của lữ khách lỡ đường, dừng chân chờ chiếc xuồng hay con đò tốt bụng, sẵn lòng đưa qua sông. Chủ thể (nhân vật trong thơ, tác giả) muốn qua sông, nhưng tự mình không đủ điều kiện. Nơi đang chờ, không có cái bến quy mô được xây nên với những phương tiện đưa rước, người khách đến trả tiền và qua sông. Với xã hội tiêu dùng luôn sẵn các dịch vụ. "Quá giang" chẳng thể định giá bằng đồng tiền. Ôi thân thương, quê hương Việt Nam đã có một thời như thế.

Cô đơn và bất lực trước hoàn cảnh thật khó để xoay chuyển. Ai cũng mong muốn tương lai tươi sáng. Cũng chẳng ai muốn ngồi chờ đợi sự tốt lành đến với mình. Đã dốc sức, đã tận lực rồi. Lẽ nào…?!

Kính mời quý Anh Chị đọc 4 câu trong bài họa Xuân Xa Xứ của chị Cao Mỵ Nhân.

*Xuân chưa thật đến giàn hoa tủi*
*Tết vẫn còn vương xác pháo tan*
*Sông núi lưu vong thường ấm lạnh*
*Làm sao đại hải gọi trường giang…*

(Xuân Xa Xứ, CMN)

"Xuân chưa thật đến giàn hoa tủi", đọc thoáng qua thấy Giàn hoa tủi khi xuân chưa đến là chuyện quá ư bình thương. Đọc tiếp," Tết vẫn còn vương xác pháo tan". Bỗng, giật mình đánh thót, đến thảng thốt, đến choáng váng. Tết vừa mới qua rồi, xác pháo tan còn vương vãi đó. Vội quay lại chộp lấy chữ "THẬT" đưa lên kính hiển vi mà nhìn ngắm, đưa lên cân tiểu ly để định lượng. Vậy là xuân đã đến rồi, tết cũng đã qua rồi. Xuân Đã đến, nhưng chưa Thật đến. Với cánh én chao liệng, với nắng ấm, với trời trong xanh hơn…Có nghĩa gì khi xuân chưa Thật đến trong Lòng. Hoa dẫu có nở, có biếc xanh. Hoa nở cho ai? Lại tàn trong vắng lặng. Tủi! Cụ Nguyễn Du xưa cũng đã từng "Người buồn cảnh có vui đâu bao giờ".

"Sông núi lưu vong thường ấm lạnh". Sông núi có thể ấm lạnh theo sự biến đổi thời tiết, chứ sông núi sao lại lưu vong được. Vâng, chính con người lưu vong mang theo sông núi trong tâm khảm. Sông núi vẫn đang ấm lạnh cùng nỗi niềm của người con xa xứ, ấm lạnh cùng thời tiết chính trị đang biến động.

"Làm sao đại hải gọi trường giang". Thông thường phải vượt thoát ao tù để ra sông dài đến biển rộng. Biển rộng, trời cao con cá con chim cũng muốn. Con người với khát vọng tung hành được thỏa chí. Ở đây, "đại hải" là nơi chốn không bờ không bến, lòng người hoang mang không biết sẽ về đâu. Có đến được bến bờ yên bình? hay sóng gió đắm chìm ngoài biển cả một mình? Từ ngoài đại hải xa khơi triền miên vọng vang tiếng gọi "trường giang" mong chờ một lần hồi đáp, một lần nhìn thấy tín hiệu hải đăng để định hướng cho con thuyền trôi dạt. Nhưng, làm sao đại hải gọi được trường giang, làm sao tìm được con đường để về bến? Một câu hỏi biểu thị sự hoang mang, một niềm băn khoăn thường trực. Tâm trạng của những người con rời bỏ quê hương, sống lênh đênh bấp bênh nơi chân sóng đầu gió là vậy. Ai thấu hiểu?! Thời gian đang làm nên sự phân hóa càng thêm chua xót!

Có những bài thơ, khi bước vào không gian thơ như vào một tiệm kim hoàn. Vàng bạc đá quý là ý thơ, được trưng bày ngời ngời trong tủ kiếng. Mọi người thỏa thích thưởng lãm. Nhưng cũng có những bài thơ, ý thơ giấu kín trong kho tàng. Mọi người phải kiếm tìm và khai mở. Nó luôn cho chúng ta niềm hứng thú được khám phá những tầng sâu, ẩn chứa biết bao báu vật mà nhà thơ đã dành sẵn ở đó. Kính mời quý Anh Chị cùng Quỳnh đọc tiếp bài xướng Hè Này Anh Ở Đâu? Của anh Trịnh Cơ với 4 câu đầu (đề và thực):

*Hè này tớ sẽ chẳng đi đâu*
*Ở lại thương ai gặm mối sầu*
*Sáng dạo công viên tìm ánh nắng*
*Đêm ngồi ghế đá ngắm trăng sao.*

(Hè Này Anh Ở Đâu?,TC)

Vào đề là một câu trả lời trực diện với người hỏi. Tuy là "sẽ", song ý thì đã rõ, đã dứt khoát "chẳng đi đâu". Vậy là, hè này, nhà thơ ở lại nơi chốn đang ở. Chúng ta cùng đọc tiếp, để xem chốn ấy có gì thơ mộng khiến tác giả lưu luyến không nỡ rời bước, lãng du đến một chân trời nào khác.

"Ở lại thương ai gặm mối sầu". Ôi, thật bi thiết, thật thương cảm! Ở câu thừa đề đã minh định "chẳng đi đâu", là nhất quyết không đi đâu cả, chứ không phải không có nơi chốn nào khác để đi. Vì sao "ở lại"? Ở lại chỉ để "gặm mối sầu". Buồn phiền nên cần có một chuyến đi xa để lảng tránh, cho nỗi niềm vơi bớt, xao lãng. Tác giả quyết định ở lại để gặm mối sầu. Vì sao nên nỗi nầy? Trả lời đây. Rất rõ. Bởi "thương ai". Thương ai là cách nói phiếm chỉ. "Ai" có thể một hoặc nhiều hơn một. "Ai" có thể là người thân hoặc người sơ. Dù là ai, ở đó cũng đang hiện hữu tình thương.

Trong tập quán ngôn ngữ chúng ta đang sử dụng Yêu và Thương có nghĩa tương đồng. Nên có từ ghép đẳng lập Yêu thương. Song, trong vài trường hợp Yêu và Thương được dùng riêng, nội hàm lại có tính đặc thù. Trong Yêu hàm chứa ý muốn chiếm hữu. Yêu một cô gái, muốn cô gái ấy của riêng mình. Trên bình diện lớn hơn, yêu tổ quốc, cũng muốn tổ quốc là của chúng ta, không thể chấp nhận thế lực ngoại xâm lai vãng. Với nghĩa đó, cho nên, "Yêu nước thương nòi" hoặc "Yêu nước thương dân", chứ không ngược lại: Thương nước yêu nòi. Trong Thương chan chứa tấm lòng vị tha. Thương ai, là muốn người đó có cuộc sống tốt lành. Khi thấy người mình thương mãi truân chuyên, mãi lận đận, vất vả khó khăn. Lòng muốn làm điều gì đó để trợ giúp cho người mình thương sống tốt hơn, để động viên tinh thần vượt thoát những bế tắc, những vấn đề nan giải. Ý chí là vậy, còn phụ thuộc vào hoàn cảnh khách quan. Thời gian lặng lẽ trôi suông. Không làm được gì cho người mình thương, không chỉ "gặm mối sầu", mà nỗi đau mới thật khó nuốt.

Ở lại, không chỉ để gặm mối sầu. Còn những sinh hoạt khác. "Sáng dạo công viên tìm ánh nắng". Lạ quá. Có mâu thuẫn không? Có vô lý không? Mùa hè luôn nắng như đổ lửa, nắng cháy da người. Nắng ngập tràn khắp nơi. Sao phải đi tìm "ánh nắng"? Có hỏi tất có trả lời. Chúng ta bình tâm đi tìm lời giải đáp. "Ánh nắng" là ánh mặt trời, là Ánh Sáng và Hơi Ấm. Ánh nắng từ biểu tượng được chuyển nghĩa thành biểu niệm. Chúng ta luôn tìm kiếm những gì ta thiếu thốn. Dù là mùa hè, nhưng trong cõi Đời và cõi Lòng của tác giả đang u ám, tăm tối và hiu quạnh buốt giá. Ánh sáng không đến, thì phải nỗ lực đi tìm. Hơi ấm không có thì phải dốc sức mà tìm. Tìm mà gặp, thật diễm phúc. Càng tìm càng vô vọng, thật bi đát!

Mời đọc tiếp: Đêm ngồi ghế đá ngắm trăng sao. Ở câu trên vượt qua cái vô lý để nhận ra cái hữu lý. Câu này với biểu tượng lại mang tính duy mỹ. "Ngắm" là ngắm nhìn để thưởng lãm. Trăng sao không tỏa sáng chói lọi như ánh mặt trời. Trăng sao tỏa sáng ngọc ngà dịu êm, lấp lánh lung linh. Trăng là biểu tượng của cái đẹp, mỹ nữ. Cuộc đời luôn phải có ánh sáng soi rọi để nhìn đúng chân tướng mọi vật, để nhận ra chân lý. Cuộc đời cũng luôn cần cái Đẹp để điểm tô, để làm cứu cánh.

Mỗi người có trái tim và khối óc. Lý trí thiết kế nên ngôi nhà hạnh phúc, và tình cảm tạo đà, thôi thúc để lập thành. Hoàn cảnh khách quan, thuận và nghịch, cũng dự phần vào tiến trình. Sự tận tâm, tận lực là ở con người. Với bài xướng có ý tứ như vậy. Chúng ta đọc 4 câu trong bài họa của chị Cao Mỵ Nhân xem thế nào.

*Thì hỏi trăng xem thử tới đâu*
*May ra bạn hết được u sầu*
*Bởi đang sáng suốt coi chiều nắng*
*Lại vội mơ màng ngó ánh sao.*

(Đến Sau. CMN)

Khi các bậc võ công thượng thừa xuất chiêu, chắc chắn mọi kỳ tuyệt của bí kíp võ lâm sẽ được triển khai cùng với nội lực thâm hậu. Mời quý Anh Chị đọc: Thì hỏi trăng xem thử tới đâu. Ôi, nghe như một câu nói bông đùa. Trong kiếm thuật của các bậc kỳ tài luôn rất linh hoạt biến hóa, hư hư thực thực, "Dĩ bất biến ứng vạn biến," chỉ giữ nguyên lý mà không khư khư theo một chiêu thức cố định.

Mời đọc tiếp để cùng làm sáng tỏ. "Thì hỏi trăng xem thử tới đâu/May ra bạn hết được u sầu". Ồ, thì ra, nếu bạn hỏi được ông trăng, may ra bạn mới hết được u sầu. Ông trăng chỉ thấy thôi, sao hỏi được? Không hỏi được, thì đành chịu vậy, bạn chẳng bao giờ hết được sầu đâu. Như một tất mệnh, đã làm người thì phải có những nỗi sầu đeo mang cùng với kiếp nhân sinh. Từ sầu đi đến đau. Có biết bao nỗi đau sờ sờ ra đó, với những cấp độ khác nhau. Nho nhỏ còn than vãn. Quá lớn, biết chia sẻ cùng ai? Dùng tiếng cười trào lộng để khuất lấp, mà nên cảnh "…cười ra nước mắt".

Tiếp với 2 câu thực:

*Bởi đang sáng suốt coi chiều nắng*
*Lại vội mơ màng ngó ánh sao.*

Nghe như 2 người đang bên chén trà ngồi đàm đạo, tranh luận với nhau, về một vấn đề bức thiết cần làm sáng tỏ. Có một chút trách cứ bạn mình ở chữ Bởi. "Bởi đang sáng suốt… Lại vội mơ màng". Chính sự biến đổi tâm thế, là nguyên do làm nên mối sầu. Nếu tiếp tục tỉnh giác từng giây từng phút, sống thuần lý tính (sáng suốt), cơn sầu nào mà đến được. Tâm buông trôi theo dòng cảm xúc, cơn sầu chờ cơ hội ấy bám víu vào lòng để sống ký sinh, tầm gửi. Chúng ta không phải là bậc Thiền sư, bậc giác ngộ viên mãn để có cái tâm "Ưng vô sở trụ..". Là con người, tuy có lý trí, biết quan sát (coi) ngoại cảnh (chiều nắng), để đoán định mọi việc đang và sắp xảy ra, để có những ứng phó kịp thời. Nhưng, con người cũng luôn có những cảm xúc chi phối, cũng luôn có những buồn vui đắp đổi.

Đến đây, chúng ta được vỡ lẽ, chữ Bởi kia nào có trách cứ chi ai. Đó là những trạng thái nội tâm thường chuyển trong tất cả mọi người. Hai câu thực không còn là lời tranh biện cùng bạn mình. Nó đã khái quát hóa, mô phỏng một sự thật hiển nhiên nội tại của một người như bao người.

Kính thưa quý Anh Chị,

Quỳnh không phải là cây bút bình thơ chuyên nghiệp. Quỳnh chỉ viết Cảm Nhận theo lối "Đờn ca tài tử". Chắc chắn không thể tránh khỏi những hời hợt và sai sót. Rất mong có được sự hoan hỷ bao dung.

Kính chúc quý Anh Chị sức khỏe, hạnh phúc.

**Lý Đức Quỳnh**

*Đồng Nai, 21/7/2020*

## Đôi Bờ

Như Thu

*(Thân tặng Thi Sĩ Cao Mỵ Nhân/Trịnh Cơ)*

**Diều Hâu Rã Cánh** tự bao giờ?
**Xa Chốn Yên Bình** vẫn mộng mơ!
**Kể Chuyện Mùa Hè** vui **Trước Biển**
**Đêm Về, Nửa Giấc, Lệ Tràn Thơ**
**Trên Đường Lữ Thứ** hồn **Xa Vắng**
**Có Trở Về Không** bậu hẳn chờ?
**Một Tách Trà Khan** buồn **Sắc Phượng**
**Bên Này, Bên Đó** đợi **Thời Cơ!**

**Tuyết Giá Đầu Đông** chẳng nhạt mờ
**Nỗi Buồn Kiếm Khách** ngại chùng tơ
**Trăng Soi Trống Lệnh, Người Còn Nhớ?**
**Em Mãi Chờ Mong** có bất ngờ?
**Ta Chỉ Còn Thơ** sầu **Cố Lý**
**Quên Đi, Phiền Muộn** bóng bơ vơ
**Tàn Đông, Bến Nước Tình Xa** ngợ
**Tiếng Quạ Kêu Sương** rộn bến bờ!
**Điệu Buồn Năm Cũ** khó làm lơ!
**Hẹn Ước Trăng Sao** bởi dại khờ!
**Đứng Trước Mùa Xuân** bừng **Tỉnh Mộng**
**Cạn Nguồn Thi Hứng** nghĩ bâng quơ
**Thế Nhân Hạnh Phúc, Đành Thôi** lỡ
**Nhớ Cảnh Trường Xưa** dạ hững hờ!
**Lòng Vẫn Cứ Yêu, Không Đoạn Kết**
**Em Về Phố Nhỏ** bạn thờ ơ...!

Như Thu
07/30/2020

* Ghi chú: những chữ tô đậm trích từ tựa đề của các bài thơ trong tuyển tập THƠ XƯỚNG HỌA CAO MỴ NHÂN & TRỊNH CƠ.

# Cảm Nhận Về Thi tập THƠ XƯỚNG HỌA Của Cao Mỵ Nhân & Trịnh Cơ

*Phương Hoa*

Ghi chú: Bài viết này đã đăng trên Việt Báo California: *https://vietbao.com/p301415a304086/thi-tap-tho-xuong-hoa-cao-my-nhan-trinh-co*

Tôi quen biết nhị vị thi sĩ Cao Mỵ Nhân (Hoa Kỳ) và Trịnh Cơ (Pháp Quốc) cũng đã được mấy năm, khởi đầu từ trên những diễn đàn Đường Thi xướng họa. Tôi rất quý mến và ngưỡng mộ họ, và tôi cũng biết, cả hai đều từng là quân nhân Việt Nam Cộng Hoà, là anh kiệt và anh thư phục vụ nước nhà từ trước 1975 cho đến ngày tan đàn xẻ nghé.

Nhà thơ đàn chị Cao Mỵ Nhân thì tôi đã có dịp gặp mặt về sau tại Văn Thơ Lạc Việt, San Jose, Hoa Kỳ. Chị nhìn hiền hoà, rất trang nhã, nhưng ít nói, nét mặt có chút nghiêm nghị và hơi... kỳ bí, kỳ bí như những vần thơ du dương nhưng đầy ẩn ý ẩn tình của chị. Tôi thích mê sự kỳ bí ấy, cũng thích mê sự phong phú về chữ nghĩa của nhà thơ, và niềm mê thích này đã làm cho tôi đôi khi xúc động tận tâm can chỉ vì đọc được một vài câu độc đáo trong các bài thơ của chị. Mỗi lần đọc thơ Cao Mỵ Nhân tôi thường hay nghiền ngẫm, tìm tòi, để nhận chân và thưởng thức cho kỳ hết những tinh tuý của bài thơ trước khi đặt bút đáp họa.

Riêng về thi sĩ Trịnh Cơ thì tôi chỉ gặp anh qua... bóng. Trong tấm hình anh gửi lên diễn đàn cùng với bài thơ, có một chiếc bóng nhìn từ phía sau lưng, dáng người dong dỏng cao với mái tóc hoa râm đang bước độc hành trên con đường dài hun hút tận bên trời Paris, Pháp Quốc. Dù với dáng vẻ cô đơn lẻ loi ấy, nhưng tâm hồn Trịnh Cơ lại chất chứa ngập tràn những búp nụ, những mầm thơ mượt mà, ngào ngạt hương thơm. Dù chưa bao giờ diện kiến, nhưng tôi luôn thích đọc thơ của thi sĩ và cố gắng họa lại các bài xướng của anh mỗi khi chúng xuất hiện trên các diễn đàn nếu tôi có thời gian. Về sau tôi mới biết rõ hơn, chính xác hơn, Trịnh Cơ từng là sĩ quan Hải Quân của QLVNCH, và ra hải ngoại, về văn chương thì ngoài làm thơ anh còn là một nhà dịch thuật.

Trên các diễn đàn, hai nhà thơ nổi trội Cao Mỵ Nhân và Trịnh Cơ vẫn thường xuyên xướng họa cùng chúng tôi trong vẻ vô tư. Nhưng tôi thật bất ngờ, bất ngờ đến giật cả mình, khi hôm nay nhận được tập thơ mà hai vị đang chuẩn bị in chung. Bao ý nghĩ ngộ nghĩnh chợt nảy ra trong đầu tôi, như có lẽ họ đã từng là một cặp "thanh mai trúc mã" ngày xưa, từng bị cách chia kẻ chân trời người góc bể vì quê hương loạn lạc bây giờ gặp lại, có lẽ vì sự trắc trở ấy đã khiến cho hai tâm hồn xao động nên ý thơ mới ngùn ngụt, hồn thơ mới dạt dào, và tình thơ mới lai láng đến thế. Lòng rộn ràng với những ý nghĩ tò mò đầy thú vị đó, tôi vội buông bỏ tất cả mọi thứ bận rộn đời thường để mà nghiền ngẫm, mà thưởng thức một cách... "triệt để" thi tập này.

Thấy bài thơ đầu tiên "ANH VÀ 2019" là của thi sĩ Cao My Nhân, tôi cười thầm trong thích thú. Nhà thơ Trịnh Cơ hiện đang sống ở phương Tây nên thực hiện đúng cái câu "Lady's First," phụ nữ luôn ưu tiên số một, để nhường nữ thi sĩ "ra tay trình làng" trước, chứ không phải như phong tục Á Đông mình, đã xem thường thân phận cánh quần thoa, lại còn cho là "Phụ nhân nan hóa," phụ nữ không dễ gì dạy dỗ, cảm hóa được, và mỗi khi ra đường, người đàn bà thường phải đi phía sau để cho phù hợp với câu "Núp bóng tùng quân" cổ hủ.

Bài đầu tiên trong thi tập, "ANH VÀ 2019," là bài thơ Lục Bát Cao My Nhân viết lúc đón Giao Thừa, khi thi sĩ đang ngồi cùng "người ấy" (hay tưởng tượng có người ấy ngồi cùng) nhìn TV chờ đếm phút quả cầu Chào Mừng Năm Mới vỡ tung, nhưng trong lòng không có chút hơi hướm mừng vui hạnh phúc vì được đón Giao Thừa, mà lại chứa đựng ngập tràn tâm tư sầu nhớ. Hình ảnh sống động nhất tác giả cho thấy trong bài thơ, là nữ thi sĩ đưa tay chặn lên trái tim lúc trái cầu sắp vỡ và nhìn vào TV thấy trời đêm rõ ràng nhưng lại không thấy cố quốc nơi đâu. Nỗi niềm thương nhớ về quê

Mẹ Việt Nam trong thời điểm giao Xuân của người con ly hương đã gói trọn vào mấy câu thơ làm xao động lòng người:

*"Ở đây không có... Việt Nam*
*Quả cầu quê mẹ cơ hàn héo khô*
*Trái tim thất nhịp mơ hồ*
*Đêm đen đổ xuống nấm mồ giao xuân..."*

(Anh Và 2019 – CMN - tr. 12)

Người ta nói, thơ Lục Bát dễ làm nhưng làm rất khó hay, và họa thơ Lục Bát thì lại càng không dễ. Chữ nghĩa cần phải lưu loát mượt mà, ý tứ phải sâu xa, và vần điệu phải phù hợp mới là một bài họa hấp dẫn khiến độc giả chăm chú thưởng thức; và quan trọng nhất là, phải tránh tình trạng làm thơ Lục Bát đọc lên nghe như…ca dao, khiến người ta chỉ lướt phớt qua rồi đánh giá bài họa có đúng vần đúng luật hay chăng. Ở đây chúng ta có thể thấy nữ thi sĩ Cao My Nhân gặp phải "Kỳ phùng địch thủ." Nhà thơ Trịnh Cơ đã gom được đủ các yêu cầu ấy trong bài họa "2019 ĐỐI MẶT." Chưa kể đến những đối đáp xướng họa khá lý thú trong khổ thơ đầu về chuyện cả hai mơ ước cùng ngồi bên nhau, cùng đưa tay đặt lên tim khi nhìn TV trong giờ Giao Thừa chỉ thấy bầu trời đêm, và đôi bên người thì "xin còn mãi nhau," kẻ hứa "sẽ còn với nhau," xin mời quý vị cùng thưởng thức vế họa tuyệt vời của thi sĩ Trịnh Cơ, cũng bày tỏ cái tâm trạng đau buồn vì mất quê hương trong giờ Trừ Tịch cùng với thi nhân:

*"Nhìn kỹ... đâu có Việt Nam*
*Đêm đông lạnh lẽo nỗi hàn lạnh khô*
*Cây kim đếm nhịp đồng hồ*
*Như là đưa tiễn đến mồ ngày Xuân"*

(2019 Đối Mặt – TC- tr. 13)

Tiếp theo, trải dài, xuyên suốt hơn phân nửa tập thơ là phần xướng họa "Cao Mỵ Nhân & Trịnh Cơ. Hai thi nhân với hồn thơ lai láng cứ thế mà thoải mái vung bút trải vần, xướng họa với nhau, chữ nghĩa giao duyên, ý tình hòa điệu, phác họa lên những đường nét sống động, bừng sáng từng chữ từng câu trên từng trang sách gọi mời, khiến cho người đọc mãi mê theo tiếp hết bài này sang bài khác, không thể dừng lại. Mời bạn hãy xem, bài Lục Bát 4 câu rất mượt mà "Bên Đó" của Cao Mỵ Nhân gửi gắm những lời thương nhớ, lo âu, và nỗi buồn đến thờ thẫn:

*"Sao mưa lại lạnh trời thu*
*Khiến người bên đó thương ru bên này*
*Mưa đêm thấm ướt hồn say*
*Người bên đó ngó mưa bay thẫn thờ..."*

(Bên Đó - CMN – tr. 14)

Thì tiếp theo ngay, bài họa "Bên Này" của Trịnh Cơ cũng làm cho trái tim ai trật nhịp:

*"Giọt mưa rỉ rả đêm Thu*
*Nhớ người bên đó lời ru luống này*
*Mơ màng trong giấc mộng say*
*Nửa đêm nghe tiếng lá bay ơ thờ."*

(Bên Này – TC – tr 15)

Thơ Lục Bát đã hay đến vậy, đọc những bài Đường Thi xướng họa của hai nhà thơ lão thành càng khiến tôi như bị lạc vào "mê hồn trận." Đọc một hồi những bài thơ kế tiếp, tôi đột nhiên…nín thở, khi mắt chạm vào bài thơ Đường Luật Thất Ngôn Bát Cú "Mảnh Trăng Thơ" của thi sĩ Cao Mỵ Nhân. Chỉ hai câu mở đầu thôi đã có thể nói là tuyệt tác, và tôi bị chấn động tận tâm can, "*Từ lâu, để mực đọng nghiên vàng/Bút cũng âm thầm ngại điểm trang.*" Một sự ví von tuyệt hảo! Lời lẽ tuy đơn giản nhẹ nhàng nhưng thật thâm thúy, làm cho người đọc cảm nhận được đây là những tiếng than xé lòng của kẻ cô đơn. Mực đã bị bỏ đọng bơ vơ ở nghiên vàng, thì bút còn điểm trang để làm gì cơ chứ! Hai cặp đối cũng thật tuyệt vời, nhưng tôi phải giữ lại để cho độc giả tự mình thưởng thức mới là thú vị. Chỉ xin chia sẻ cùng quý vị nơi đây hai câu kết, vì hai câu này đã làm tăng thêm phần đặt sắc cho bài thơ. Bơ vơ thì mặc bơ vơ, tác giả tự nhủ, ta cứ vui cứ đối bóng với thơ, để rồi còn tìm cách bay theo trăng để đi xé nửa cái thiên đàng đã mất. Tự cổ chí kim, chỉ mới có Thi Tiên Lý Bạch đời Đường bên Tàu nhảy xuống sông để vớt trăng lên, giờ đây lại có thi nữ Việt là Cao Mỵ Nhân đòi theo trăng đi xé nửa cái thiên đàng. Những điều kỳ thú ngoạn mục như vậy chỉ có những nhà thơ "siêu việt" mới tính làm, hoặc nghĩ ra!

"*Thì cứ cùng thơ vui đối bóng*
*Theo trăng đi xé nửa thiên đàng.*" (Mảnh Trăng Thơ – CMN – tr. 73)

Riêng bài họa của nhà thơ Trịnh Cơ "Nhớ Cảnh Trường Xưa" trong trường hợp này, tuy không đáp ứng với ý nghĩa của bài xướng, mà chỉ là họa nương vận, nhưng cũng phải kể là một bài họa hay. Trong khi bài xướng của Cao Mỵ Nhân chứa đầy lãng mạn về tình yêu nam nữ, than thở với bút nghiên, với trăng và thơ, thương mây khóc gió cho sự bơ vơ..., thì bài họa của Trịnh Cơ cũng tràn ngập sự nhớ nhung tiếc nuối, nhưng mà là nhớ về tình yêu đất nước, về một thời được đào tạo dưới mái trường quân đội với những bước chân "ắc ê" gọn gàng, và những chuyến hải hành bảo vệ quê hương. Để rồi cuối cùng thi sĩ thốt lên tiếng than:

*"Nước non xả tắc thời vi diệu*
*Nay chẳng còn đâu chốn địa đàng."*

(Nhớ Cảnh Trường Xưa – TC – tr. 74)

Bài thơ Thất Ngôn Tứ Tuyệt vận trắc "Nỗi Buồn Vô Cớ" của thi nữ Cao Mỵ Nhân dưới đây cũng đưa người yêu thơ vào một khung trời đầy mộng ảo, "*Có những nỗi buồn vô cớ lắm/Mà sao thổn thức đến trăm năm.*" Đã làm người thì ít nhiều gì ai cũng có những tâm sự thầm kín. Chắc độc giả sẽ đồng cảm khi được nhà thơ "nói giùm" giải bày giùm cho những băng khoăn, những nỗi buồn âm ỷ đang giấu giếm trong lòng, và sau cùng thì ...xúi người ta thổ lộ:

*"Thì cứ tự nhiên ngồi thổ lộ*
*Tỏ bày như chẳng có chi ngăn*
*Tỏ bày tình tiết sầu thương đó*

*Khổ luỵ trong tim nức nở thầm…"*

(Nỗi Buồn Vô Cớ - CMN – tr. 93)

Và để đáp lại nỗi niềm của thi nhân, Trịnh Cơ đã họa bài "Buồn…Cũng Vậy Thôi" thật duyên dáng trữ tình, để bày tỏ với đối phương, rằng thì là bên nớ chỉ có những nỗi buồn, nhưng bên ni là cả vạn điều buồn, chúng cứ mãi đong đưa trên hố thẳm, rồi "*Khi sầu khi chán lại như câm"* mà thi nhân không thố lộ nên nào ai hay biết,"*Ta giữ trong tim không hé lộ/Ai nào có biết để can ngăn…"* (Buồn… Cũng Vậy Thôi – TC) Đây quả thật đúng là tri kỷ.

Đặc biệt, bài thơ thể tự do Ngũ Ngôn "Viết Sau 10:00 PM" của Cao Mỵ Nhân cũng làm tôi xao xuyến. Nhà thơ đã trải lòng, trút cạn nhớ nhung vào thơ lúc 10 giờ khuya, cùng tâm sự với những con chim biển cũng đang cô đơn giữa màn đêm, và nghe được chúng thốt lên những tiếng kêu thầm hò hẹn trong tuyệt vọng.

*"Em cũng như chim biển*
*Cô đơn giữa thế gian*
*Chim kêu thầm hò hẹn*
*Nỗi u tình chứa chan…"*

(Viết Sau 10:00 PM – CMN – tr. 125)

Người ta nói "Thần giao cách cảm" có lẽ chính xác nhất để dùng trong trường hợp này. Thì ra từ chốn xa xăm chàng thi nhân kia cũng đâu có ngủ được lúc 10 giờ đêm. Ta hãy nghe Trịnh Cơ tâm sự cùng nàng thơ nơi viễn xứ trong bài họa "Đêm Về",

"*Tiếng chuông gõ 10 giờ/Sao cứ còn thương nhớ,*" và "trần tình" rằng vì thi sĩ vẫn còn yêu biển, yêu nguồn vui thế gian, nên đã quên lời hẹn ước, tuy vậy tình yêu say đắm thì vẫn mãi chan hòa:

"*Ta vẫn còn yêu biển,*
*Nguồn vui giữa nhân gian,*
*Cứ quên lời ước hẹn.*
*Tình yêu vẫn hòa chan…*"

(Đêm Về - TC – tr. 127)

Qua nhiều năm cùng theo đòi xướng họa trong các diễn đàn thơ, tôi đã thưởng thức đủ các thể loại mà nhà thơ Cao My Nhân đã sáng tác. Bài thơ 8 chữ "Trái Tim Lửa" này cũng là một trong các bài thơ tự do đặc sắc của thi nữ. Lúc này trái tim yêu của thi nhân hừng hực bốc cháy vì tình, cho nên mặc kệ những chông gai, mặc kệ bao trở ngại, nàng thơ chỉ thấy "*Xuân sẽ đến bốn mùa đều tươi thắm/Đẹp hồn ta đang bốc cháy hoang sơ.*" Thông điệp gửi đi cho người trong mộng thật dạt dào, chất chứa ngập lụt say mê, chờ đợi chỉ cần một tiếng hót khẽ của loài chim quý là sẽ được cả trái tim nàng:

"*Nhưng Chim Quí một lần thôi hót khẽ*
*Ta tặng người nguyên vẹn trái tim thơ...*"

(Trái Tim Lửa – CMN – tr 136)

Đáp lại khối tình "bốc lửa bốc khói" này, chàng thi sĩ cũng đâu có kém. Bài họa "Về Nghe Cô Đơn" của Trịnh Cơ càng chất chứa lắm nỗi niềm. Chàng còn "bạo gan" nhắc lại chuyện xưa, cái thuở cùng nhau bàn tính "*Chuyện ngày ấy bàn về ăn trái cấm/Ở Thiên Đường cây đẹp, lá nghiêng chờ.*" Nhưng cuối cùng rồi mấy lời trách cứ cũng được trao lại cho ai kia:

*Nhìn xuống dưới, âm thầm rơi giọt lệ*
*Lụy trần ai khiến ta phải ơ thờ*
*Quay trở lại hầu nghe lời kể lể*
*Tình bay xa, còn lại mấy câu thơ...*

(Về Nghe Cô Đơn – TC – tr.137)

Sự sắp xếp trong thi tập này thật là thú vị, quá bán trong phần đầu là những bài thơ Cao Mỵ Nhân xướng – Trịnh Cơ họa. Đọc một hơi, thưởng thức hết phần đầu thì tiếp theo phần sau đổi ngược lại Trịnh Cơ xướng – Cao Mỵ Nhân họa. Dòng thơ trữ tình, mượt mà, nhưng lại chất chứa nhiều nỗi niềm riêng của thi sĩ Trịnh Cơ lâu nay cũng rất được các nhóm xướng họa bạn bè chúng tôi yêu thích, không kém gì nữ sĩ Cao Mỵ Nhân. Thi sĩ Trịnh Cơ rất "có duyên" với thơ tứ tuyệt, lời thơ giản dị không gút mắc, nhưng ý tứ rất phong phú, làm xúc động người đọc, cho nên thơ của anh cũng đã được nhiều người đáp họa. Bài thơ "Biết Đâu" đong đầy cảm xúc của Trịnh Cơ sau đây khiến những người đang yêu phải chạnh lòng xót xa. Chàng cùng người ấy lâu lâu mới gặp một lần, nhưng có nỗi đau nào hơn khi "*Nụ hôn vừa dứt rồi ly biệt/Ở cuối chân trời giấc mộng tan.*" Sự xa cách như thế đã khiến cho nhà thơ e ngại. Chúng ta hãy đọc những lời lo âu khắc khoải của chàng:

*"Đâu biết lần này sẽ gặp nhau*
*Còn yêu tha thiết tựa ban đầu?*
*"Hay là hờ hững như người lạ*
*Để lại cho anh cả mối sầu!"*

(Biết Đâu – TC – tr. 155)

Và thú vị vô cùng, nàng thơ Cao Mỵ Nhân đã vội vàng đáp lại bài họa ngọt ngào, "Đành Thôi" với những lời cảm thông, trần tình, vỗ về "ai kia," bởi vì không hợp mới tan, "*Kẻ ở người đi ôi giã biệt/Bởi không hợp được mới đành tan.*" Và:

*"Hoàng hôn cũng nguội theo tình lạ*
*Tuổi tác đầy thêm mộng mị sầu..."*

(Đành Thôi – CMN – tr. 156)

Bài thơ "Có Ai" của thi sĩ Trịnh Cơ tiếp theo đây nói lên nỗi niềm cô độc làm cho người ta phải xót xa. Một người có cuộc sống mà muốn "*Nói chuyện... tâm tình chẳng có ai/Đêm đêm trằn trọc suốt canh dài*" thì quả là buồn vô kể. Lời thơ như nức nở, ý thơ như trách móc ai đó sao nỡ đành "bỏ ta một mình," và một chút ước mơ được có người bên cạnh:

"*Bởi ta đang sống đời hiu quạnh*
*Thiếu vắng ai bên cạnh, đỡ sầu.*"

(Có Ai – TC – tr. 157)

Tuyệt thay, đàng này bài "Có Ai" của Trịnh Cơ than thở bị bỏ cô đơn, thì đàng kia, Cao Mỵ Nhân đã trải lòng cảm thông thay cho "ai đó" của nhà thơ, bằng bài họa "Vẫn Ông" rất duyên dáng, thêm chút dí dỏm, nhưng có thể thấy trong lời thơ ẩn hiện chút …hờn ghen nhè nhẹ rất dễ thương. Bởi vì ngày xưa bay bướm quá, đa đoan quá, có cả chục giai nhân quanh mình, cho nên bây giờ… ráng chịu, chứ than thở mà làm chi:

"*Giờ thì đầu bạc trắng hơn xưa*
*Cả chục giai nhân bỗng ngó hờ*
*Bởi lẽ đa đoan nên khổ lụy*
*Đâu còn thanh thản mà làm ngơ*"

(Vẫn Ông – CMN – tr. 158)

Thi sĩ Trịnh Cơ từng là một sĩ quan Hải Quân của QLVNCH, nhưng bài thơ "Lời Cuối" của anh tôi đọc mà rưng rưng cảm phục. "*Tôi chết đi... xin chớ phủ cờ.*" Đây là lời di chúc, dặn lại khi thi sĩ mất đi thì không nên phủ cờ Quốc Gia như bao người vẫn làm lâu nay nơi hải ngoại. Dù vận nước đảo điên là do thế cuộc tạo nên, chứ quân dân cán chính Việt Nam Cộng Hòa chúng ta thuở ấy vẫn một lòng chiến đấu rất anh dũng, thi sĩ vẫn cho rằng mình không làm tròn viêc giữ nước nên không xứng đáng, mà chỉ có những người vị quốc vong thân mới xứng đáng được phủ cờ:

"*Phủ cờ cho kẻ đáng tôn vinh*
*Ngã gục thân trai, hiến phận mình*
*Bỏ mạng sa trường cho đất nước*
*Đã bao cay đắng lúc đăng trình…*"

(Lời Cuối – TC – tr. 169)

Nhà thơ Cao Mỵ Nhân cũng từng là một sĩ quan QLVNCH. Cho nên bài họa "Vàng Sắc Nhớ" của chị là một đồng cảm, kiêm ý trách móc những kẻ đã bỏ lại thành xưa bóng cờ tổ quốc, nhưng rồi lại quên bẵng đi, để mãi lơ ngơ với dáng vẻ phạc phờ của người không biết đâu là quê hương. Dù ai có quên, nhưng nhà thơ thì vẫn nhớ, vẫn giữ lại vuông cờ khi giã từ trận mạc:

"*Giã từ trận mạc giữ vuông cờ*
*Hiu hắt vàng hong nắng nhuộm tơ*
*Bạn hỏi buồn thương xa đất tổ*
*Chứa chan tình nghĩa chẳng phai mờ...*"

(Vàng Sắc Nhớ - CMN – tr.170)

Bài Đường Luật Thất Ngôn Bát Cú của nhà thơ Trịnh Cơ "Tàn Đông" là một bài thơ buồn, nhưng chữ nghĩa lại xôn xao tràn đầy cảm xúc. Đó là nỗi u buồn bất chợt, chính thi sĩ cũng "Không biết vì đâu cảm thấy buồn." Hai câu thực đã làm cho hồn tôi xao xuyến. Cái hình ảnh sống động trước mắt với đàn chim rét mướt bay vật vờ về tổ, và con suối thì chênh chao khi nhớ lại cội nguồn, diễn tả một tâm trạng đau thương khiến cho những kẻ ly hương, tan tác vì mất nước như tôi càng thêm nhức nhói cả cõi lòng:

"*Đàn chim rét mướt bay về tổ*
*Con suối chênh chao nhớ lại nguồn.*"

(Tàn Đông – TC – tr. 185)

May mắn thay, nhà thơ Cao Mỵ Nhân đã… cứu bồ bằng bài họa "Paris Buồn" giúp tôi có thêm "sinh khí," tươi tắn lên một chút để tôi khỏi "đổ thừa" thi sĩ Trịnh Cơ đã làm cho lòng tôi héo úa khi sắp kết thúc bài viết này. Cao Mỵ Nhân đã an ủi "người ta" là tại vì Paris quá lãng mạn mới khiến cho buồn, chứ thực ra thì mùa đông đã tàn, tuyết cũng tan chờ Xuân đến:

"*Chim én mừng xuân tươi sắc cội*
*Tao nhân đón khách lộng thơ nguồn…*"

(Paris Buồn – CMN – tr. 186)

Tới đây thì tôi xin phép được tạm dừng vì bài viết đã khá dài. Thực ra thì còn nhiều, nhiều lắm những bài tình thơ có thể nói là tuyệt tác trong thi phẩm "Xướng Họa" của nhị vị Cao Mỵ Nhân và Trịnh Cơ. Điều tôi muốn nói ở đây là "cặp bài trùng" này quá ư tuyệt vời trong các thể thơ xướng họa. Họ đã quá hoà hợp, quá "nhập vai," nhập vai trong việc trải lòng như là tâm sự của chính một đôi trai tài gái sắc từng yêu nhau, bị trắc trở, và rồi khi gặp lại thì đã muộn màng nhưng hồn thơ vẫn còn réo rắc, chứa đựng ngập tràn nỗi nhớ, niềm thương. Cho nên xuyên suốt thời gian từng bước đọc thơ và ghi lại cảm nhận của mình, Phương Hoa tôi cũng đã "nhập vai" trong cái cảm xúc họ là "một đôi" thật sự. Nếu sự thật hai người trước đây chưa từng yêu nhau, chưa bao giờ quen biết nhau, mà đây chỉ là "bình thủy tương phùng" trên những dòng thơ xướng họa nơi hải ngoại rồi trở thành bạn thiết, thì quả là thi tài của họ đã lên đến đỉnh cao, và nguồn tình thơ quá lai láng dạt dào.

Cuối cùng, thi tập "XƯỚNG HỌA" của hai nhà thơ Cao Mỵ Nhân và Trịnh Cơ là một tác phẩm văn học có giá trị, chẳng những rất đáng đọc, mà cần phải đọc thật kỹ mới thưởng thức hết những cái hay cái đẹp cái ý cái tình của mỗi một bài thơ. Tôi tin rằng quý vị sẽ thích thú với sự phong phú chữ nghĩa của những bài thơ tình thật ngọt ngào, thật lãng mạn, trong tập thơ này.

Xin trân trọng kính giới thiệu cùng với quý độc giả thi tập "XƯỚNG HỌA" của Cao Mỵ Nhân & Trịnh Cơ.

Muốn mua sách Xin Liên lạc Tác giả:
Trịnh Cơ - Cao Mỵ Nhân
trinhco@gmail.com
caomynhan91@yahoo.com

Liên lạc Nhà xuất bản:
Nhân Ảnh
han.le3359@gmail.com
(408) 722-5626

*Phương Hoa – Miền Bắc California, tháng 7, 2020*

# VIẾT THÊM CHO LẦN TÁI BẢN

*Phương Hoa*

Khi Thi tập "THƠ XƯỚNG HỌA - CAO MỴ NHÂN & TRỊNH CƠ" xuất bản, các diễn đàn thơ văn bằng hữu của chúng tôi như nhộn nhịp hẳn lên. Bài cảm nhận trên đây sau khi đăng trên Việt Báo Daily News, California, các diễn đàn Đường Thi xướng họa, diễn đàn Minh Châu Trời Đông, FaceBook, và diễn đàn Văn Bút Việt Nam Hải Ngoại VĐB Hoa Kỳ mà tôi tham gia, thì tôi nhận được rất nhiều phản hồi tích cực. Nhiều nhà văn, nhà thơ, nhà biên khảo, bạn bè, "Fans hâm mộ," và độc giả khắp nơi đón nhận nhiệt tình tập thơ của Cao Mỵ Nhân và Trịnh Cơ.

Rất nhiều độc giả, bạn bè của chúng tôi, và những thân hữu, cùng người quen biết của hai thi sĩ, sau khi đọc Thi Tập "THƠ XƯỚNG HỌA - CAO MỴ NHÂN & TRỊNH CƠ" đã viết gửi lên các diễn đàn, người thì làm thơ, người viết phê bình, nhận xét, hoặc chỉ vài đoạn văn ngắn, nhưng nội dung đều ngợi khen và ủng hộ cho hai tác giả. Thêm vào đó, nhiều lời chúc mừng khác cũng gửi tới nhờ tôi chuyển đến hai thi nhân, nhiều đến nỗi chuyển không kịp luôn. Và chỉ trong vòng có mấy tháng ngắn ngủi, bây giờ thi tập này đang chuẩn bị in lần thứ hai.

Lần tái bản này, tập thơ đã được sửa chữa rất kỹ càng, hoàn hảo, và ngoài việc bổ sung thêm thông tin các thứ, hiệu đính, thi tập còn in thêm những bài cảm nhận đầy thú vị của các nhà thơ trẻ thuộc "thế hệ đàn em" của nhị vị thi sĩ Cao Mỵ Nhân & Trịnh Cơ mà quý độc giả được đọc trong tập thơ này.

Sẽ là một thiếu sót to lớn, nếu tôi không nhắc đến Lời Giới Thiệu rất độc đáo, rất văn hoa, trong tập thơ này của hai vị đồng tác giả Lê Hân & Nguyễn Thành từ Nhà Xuất Bản Nhân Ảnh. Ngoài việc điểm lượt qua những quy tắc phức tạp của luật thơ Đường, đến sự tao nhã của cái thú chơi thơ, các thi sĩ còn phải đối phó với nhiều thể thơ xướng họa rất khó, họ còn nhận ra thơ "*là sự trải lòng những vui buồn, được mất...*" Nhưng tôi tâm đắc nhất với những nhận xét rất chính xác, là qua tập thơ này, "*Đâu đó ta có thể thấy hình ảnh mình phớt qua hoặc hiện hữu trong những tâm cảnh được thể hiện qua những vần thơ được trải dài qua suốt thi tập Xướng – Họa.*" (NXB NA tr.10). Điều này rất đúng, đọc "Thi Tập XƯỚNG HOA" độc giả có thể nhận ra mình trong đó cùng những cảm xúc rất đời thường, ngập tràn yêu thương, buồn, vui, và hạnh phúc lẫn khổ đau…

Kính chúc mừng sự thành công của nhị vị thi sĩ Cao Mỵ Nhân & Trịnh Cơ.

Xin trân trọng kính giới thiệu một lần nữa tới quý độc giả, Thi Tập "THƠ XƯỚNG HỌA - CAO MỴ NHÂN & TRỊNH CƠ.

**Phương Hoa**

*Tranh họa sĩ Đinh Trường Chinh*

# Mục lục

| XƯỚNG<br>Cao Mỵ Nhân | | HỌA<br>Trịnh Cơ | |
|---|---|---|---|
| • *Một thời* | 78 | • *Có cần chi...* | 79 |
| • *Muộn rồi* | 80 | • *Hẹn ước trên cao* | 81 |
| • *Nga Mi cảm tác* | 82 | • *An nhiên* | 83 |
| • *Ngày lễ hội ma* | 84 | • *Đêm ma quái* | 85 |
| • *Nghe tiếng quạ* | 86 | • *Tiếng quạ kêu sương* | 87 |
| • *Nhớ cánh hạc xa* | 88 | • *Người còn nhớ...?* | 89 |
| • *Như bỗng nhớ quê* | 90 | • *Có còn như xưa...* | 91 |
| • *Nỗi buồn vô cớ* | 92 | • *Buồn... cũng vậy thôi* | 93 |
| • *Nới đáy cốc* | 94 | • *Khối tim ngà ngọc* | 95 |
| • *Nửa đường* | 96 | • *Trên nửa chặng đời* | 97 |
| • *Nửa giấc* | 98 | • *Tình mộng* | 99 |
| • *Phiền muộn* | 100 | • *Buồn đời ta dong ruổi* | 102 |
| • *Quên đi* | 104 | • *Cuộc đời rắc rối* | 105 |
| • *Sắc phượng* | 106 | • *Cánh chim xa* | 107 |
| • *Sắc quỳnh* | 108 | • *Mùa xuân hy vọng* | 109 |
| • *Sau chấn song* | 110 | • *Từ chốn lao tù* | 111 |
| • *Sầu mê đá* | 112 | • *Tung hoành* | 113 |
| • *Tàu về* | 114 | • *Đêm đen* | 115 |
| • *Thềm xuân* | 116 | • *Theo ngày tháng* | 117 |
| • *Thoáng bâng khuâng* | 118 | • *Mùa xuân ngậm ngùi* | 119 |
| • *Thơ của trăm năm* | 120 | • *Tình buồn* | 121 |
| • *Thơ gởi ông Tuyết* | 122 | • *Ông Tuyết đây* | 123 |
| • *Thơ viết sau 10:00 PM.* | 124 | • *Đêm về* | 126 |
| • *Thu vẫn rất thu* | 128 | • *Mùa thu còn đó...?* | 129 |
| • *Thu đợi ngoài hiên* | 130 | • *Đâu mùa hạ cũ...* | 131 |
| • *Tiễn biệt thơ say* | 132 | • *Nhớ ai...* | 133 |
| • *Tình ủ tơ hoa* | 134 | • *Nguồn thanh thoát* | 135 |
| • *Trái tim lửa* | 136 | • *Về nghe cô đơn* | 137 |
| • *Trăng soi trống lệnh* | 138 | • *Mê Linh khởi nghiệp* | 139 |
| • *Trong cõi hư không* | 140 | • *Mộng ảo cuộc đời* | 141 |
| • *Trước biển* | 142 | • *Tình bay xa, người thủy thủ* | 143 |
| • *Trước mồ tử sĩ* | 144 | • *Xin một niềm tin* | 145 |
| • *Trước thành đọc sách* | 146 | • *Em mãi chờ mong* | 147 |
| • *Xuân gọi nắng vàng* | 148 | • *Hoa bướm ngày xưa* | 149 |

| XƯỚNG<br>Trịnh Cơ | | HỌA<br>Cao My Nhân | |
|---|---|---|---|


**Thơ Trịnh Cơ:**

Liên lạc Tác giả
**Trịnh Cơ - Cao My Nhân**
trinhco@gmail.com
caomynhan91@yahoo.com

Liên lạc Nhà xuất bản
**Nhân Ảnh**
han.le3359@gmail.com
(408) 722-5626

www.ingramcontent.com/pod-product-compliance
Lightning Source LLC
LaVergne TN
LVHW012021041026
849558LV00003B/102